રાજલનીતિ

ટાઈમ મેનેજમેન્ટ

"ન્યૂનતમ સમયમાં મેળવો અધિકતમ સફળતા"

(વિદ્યાર્થીઓ માટે સમય પ્રબંધનના વિસ્તૃત
નવા ખંડની સાથે નવીન અપડેટેડ સંસ્કરણ)

રાજલ ગુપ્તા

ડાયમંડ બુક્સ

www.diamondbook.in

પ્રકાશક : ડાયમંડ પૉકેટ બુક્સ પ્રા. લિ.
X-30, ઓખલા ઇંડસ્ટ્રિયલ એરિયા, ફેઝ-II,
નવી દિલ્હી-110020

ફોન : 011- 40712200

ઈ-મેઈલ : sales@dpb.in

વેબસાઈટ : www.diamondbook.in

સંસ્કરણ : 2021

રાજલનીતિ: ટાઈમ મેનેજમેન્ટ

RAJAL NEETI : TIME MANAGEMENT (GUJARATI)

By - Rajal Gupta

વિષય સૂચી

"તમારા સ્નેહ વગર આ સંભવ ન હતું."

જાન્યુઆરી ૨૦૧૭માં મેં રાજલનીતિ ટાઈમ મેનેજમેન્ટ લખવાની શરૂ કરી હતી, આ પુસ્તકને લખવાનો મારો ઉદ્દેશ્ય હતો કે, સમય પ્રબંધન સાથે જોડાયેલી સર્વોત્તમ જાણકારી સરળ ભાષામાં વાચકો સુધી પહોંચાડું જેથી તેઓ ન્યૂનતમ સમયમાં અધિકતમ સફળતા પ્રાપ્ત કરી શકે. જેમ કે, તમે બધા જાણો છો કે, પુસ્તક લખવી ખૂબ જ મુશ્કેલ કામ છે અને એનાથી પણ વધારે મુશ્કેલ કામ છે એને લોકપ્રિય બનાવવી. મારું માનવું છે કે, કોઈપણ પુસ્તકને લોકપ્રિયતા ત્યારે જ મળી શકે છે, જ્યારે વાચકો માટે એ વધારેમાં વધારે ઉપયોગી હોય.

આ વાતને ધ્યાનમાં રાખીને મેં વર્ષ ૨૦૧૭માં ઊંડી શોધ તેમજ અભ્યાસ પછી રાજલનીતિ ટાઈમ મેનેજમેન્ટમાં સમય પ્રબંધન સાથે જોડાયેલી સૌથી ઉપયોગી જાણકારીને સામેલ કરવાનો પ્રયાસ કર્યો અને આ પુસ્તકને પૂર્ણ કરી, એ સમયે આ પુસ્તકમાં ૭૬ પેજ હતા.

''નિરંતર સુધાર અને વિસ્તાર''ના સિદ્ધાંતે મારા જીવન પર જબરદસ્ત પ્રભાવ નાખ્યો છે અને એને હું તમને સરળ ભાષામાં સમજાવવા ઇચ્છીશ. એના માટે હું સામાન્ય જીવનનું સૌથી સરળ ઉદાહરણ લઈશ. વર્તમાન સમયમાં

મોબાઈલ ફોન મોટાભાગના લોકો પાસે હોય છે. જો હું મારી વાત કરું, તો મેં ઘણા દિવસો સુધી મોબાઈલ ફોન રાખવાથી બચવાનો પ્રયાસ કર્યો, કેમ કે વારંવાર વાગતી ફોનની રિંગ મારા કામોને બાધિત કરતી હતી. ખેર, જે પણ હોય, વર્ષ ૨૦૧૨માં મેં એને નિયમિત રૂપથી રાખવાનો શરૂ કરી દીધો અને આ જ વર્ષે મેં મારો પ્રથમ સ્માર્ટ ફોન પણ ખરીદ્યો એમાં ફોન કરવા સિવાય પણ ઘણી બધી સુવિધાઓ હતી, જે એને ઉપયોગી બનાવતી હતી, જેમ કે ફોટો ખેંચવા માટે કેમેરો, ઈન્ટરનેટ ચલાવવું, ગીતો સાંભળવા અને ફિલ્મ જોવાની પણ અનેક સુવિધાઓ હતી, જેનાથી મારા કૉમ્પ્યુટરના પણ ઘણા બધા કામ મોબાઈલ પર જ થવા લાગ્યા, હું ફોનથી ખુશ હતો, આ સારું કામ કરી રહ્યો હતો.

એનો ઉપયોગ કરતાં-કરતાં બે વર્ષ વીતી ગયા, વર્ષ ૨૦૧૪ આવી ગયું. હવે ટેક્નોલૉજી બદલાઈ ચુકી હતી અને હવે સ્માર્ટ ફોન વધારે તેજ થઈ ગયા હતા અને વીડિયો કૉલિંગ જેવી સુવિધાઓ માટે મોબાઈલમાં ફ્રન્ટ કેમેરા પણ આવવા લાગ્યા, જે જૂના ફોનમાં ન હતા. આથી મેં જૂના ફોનને બદલવાનો નિર્ણય લીધો અને હવે આ નવા ફોનની નવી અત્યાધુનિક સુવિધાઓનો લાભ ઊઠાવવાનો શરૂ કર્યો.

ધીમે-ધીમે બે વર્ષ વીતી ગયા અને વર્ષ ૨૦૧૬ આવી ગયું. હંમેશાંની જેમ ટેક્નોલૉજી ઉત્તમ થતી જઈ રહી હતી. વર્ષ ૨૦૧૪માં ખરીદેલા ફોનમાં સમસ્યા એ હતી કે, એની ડિસ્પ્લે સ્ક્રીન નાની હતી અને એની બેટરી પણ જલ્દી જ ખતમ થઈ જતી હતી પણ હવે ૨૦૧૬માં એવી ટેક્નોલૉજી આવી ચુકી હતી, જેમાં ડિસ્પ્લે સ્ક્રીન મોટી થઈ ગઈ હતી, જેનાથી વસ્તુઓને વાંચવી અને જોવી વધારે સરળ થઈ ગયું હતું અને એનો બેટરી બૅકઅપ પણ ખૂબ શાનદાર હતો. મારે ફોનને દિવસમાં માત્ર એક વાર જ ચાર્જ કરવાની જરૂર પડતી હતી.

હંમેશાંની જેમ સમય ફરી વીત્યો અને વર્ષ ૨૦૧૮ આવી ગયું. ટેક્નોલૉજીમાં હંમેશાંની જેમ સુધાર અને પ્રગતિ થઈ અને મને એક એવા સ્માર્ટ ફોન વિશે જાણ ચાલી, જેમાં એક પેન (spen)ની સુવિધા હતી. એટલે કે આ એક નાની પેનની જેમ હતું, જેને ફોનની અંદર જ રાખવાની જગ્યા બનેલી હતી

અને આ spenની મદદથી, જે પ્રકારે હું કાગળ પર પોતાના વિચારોને પેનથી લખતો હતો, એવી જ રીતે આ spenના માધ્યમથી પોતાના વિચારોને સરળતાથી મોબાઈલ પર લખી શકતો હતો. લેખક હોવાના નાતે મારા માટે આ ખૂબ જ ઉપયોગી હતું અને આથી મેં જૂના ફોનને હટાવીને આ ફોનને ખરીદવાનો નિર્ણય કર્યો.

વર્ષ ૨૦૨૦ આવી ચુક્યું હતું અને આજે પણ હંમેશાંની જેમ ટેક્નોલૉજીમાં સુધાર થઈ રહ્યો છે, મોબાઈલ કંપનીઓ હજુ પણ એ વાત પર શોધ કરી રહી છે કે, કયા પ્રકારે એક મોબાઈલ ફોનને વધારેમાં વધારે તેજ, સુવિધાઓથી યુક્ત અને ઉપયોગી બનાવવામાં આવે અને સંભવતઃ તેઓ અન્ય કોઈ એવી સુવિધા વિકસિત કરશે, જેનાથી મારે ફરીથી મોબાઈલ બદલવાની જરૂર પડી જાય.

માત્ર મોબાઈલ ફોનની કંપનીઓ જ નહીં બલ્કે ટેલીવિઝન, લેપટૉપ જેવા ઈલેક્ટ્રૉનિક્સના ક્ષેત્ર હોય કે પછી મોટર સાઈકલ કે કારની કંપનીઓ, જે ઓછામાં ઓછા ઈંધણથી વધારેમાં વધારે યાત્રા વગેરે જેવી સુવિધાઓ પર શોધ કરી રહી છે અથવા પછી મેડિકલ સાથે જોડાયેલ ક્ષેત્ર હોય, જ્યાં તેઓ વધારે અસરદાર અને જલ્દીથી રોગ ઠીક કરે એવી દવાઓ પર શોધ કરી રહી છે. કુલ મિલાવીને ભલે ક્ષેત્ર કોઈપણ હોય, ઉત્તમ બનવા માટે, સુધાર કરવા માટે શોધ જારી છે અને આ જ વાત રાજલનીતિ ટાઈમ મેનેજમેન્ટ પર પણ લાગુ થવી જોઈએ. મેં પુસ્તકના પ્રથમ સંસ્કરણના પ્રકાશન પછી પણ એને ઉત્તમ અને ઉપયોગી બનાવવા પર શોધ જારી રાખી અને સમય પ્રબંધનના વિષયનો અભ્યાસ કરતો રહ્યો અને એની સાથે જોડાયેલા વિચારોને અમલમાં લાવતો રહ્યો અને એના પરિણામસ્વરૂપ પ્રાપ્ત સમય પ્રબંધન સાથે જોડાયેલી સૌથી ઉપયોગી જાણકારીને મેં રાજલનીતિ ટાઈમ મેનેજમેન્ટના ૭૬ પેજના મૂળ સંસ્કરણમાં જોડી અને હવે આ પુસ્તક ૧૧૨ પેજની થઈ ગઈ છે.

પ્રભુની કૃપાથી એના પછી રાજલનીતિ ટાઈમ મેનેજમેન્ટ દેશ-વિદેશના હજારો વાચકો સુધી પહોંચી અને એને વાંચ્યા પછી અસંખ્ય વાચકો તરફથી મને કંઈક આ પ્રકારની પ્રતિક્રિયા મળી. વાચકો અનુસાર પુસ્તકની સરળતા, બધા આયુ વર્ગના લોકો માટે એની ઉપયોગિતા, વિષયને સમજાવવા માટે

સામાન્ય જીવનમાંથી લેવામાં આવેલા વ્યાવહારિક ઉદાહરણ, ક્યાંયથી પણ અને ક્યારેય પણ સરળતાથી વાંચવા યોગ્ય નાના-નાના ૧-૨ પેજના અધ્યાય વગેરે જેવી વસ્તુઓ રાજલનીતિ ટાઇમ મેનેજમેન્ટને વિશેષ બનાવે છે. પણ મને લાગે છે કે, સૌથી મહત્ત્વપૂર્ણ પ્રતિક્રિયા જે મને મળે છે, તે એ છે કે, સમય વિશે એમનો દૃષ્ટિકોણ પૂરી રીતે બદલાઈ ગયો છે અને હવે તેઓ જાણી ગયા છે કે, એમના જીવનમાં એમનો સમય કેટલો વધારે કિંમતી છે અને હવે તેઓ પોતાના સમય વિશે પૂરી રીતે ગંભીર થઈ ગયા છે અને તેઓ ઓછા સમયમાં અધિકતમ પરિણામ પ્રાપ્ત કરી રહ્યા છે. આ જાણીને મને ખૂબ જ પ્રસન્નતા થાય છે અને હવે મને લાગે છે કે, રાજલનીતિ ટાઇમ મેનેજમેન્ટ લખવામાં જે કઠિન પરિશ્રમ મેં કર્યો હતો, તે સાર્થક થઈ ગયો.

આ સ્નેહ માટે મારી પાસે તમારા બધાનો આભાર વ્યક્ત કરવા માટે પર્યાપ્ત શબ્દ નથી, તમારા પ્રતિ પોતાની કૃતજ્ઞતા વ્યક્ત કરવા માટે મેં આ નવીન સંસ્કરણમાં રાજલનીતિ ટાઇમ મેનેજમેન્ટને વધારે ઉપયોગી બનાવવાનો પ્રયાસ કર્યો છે અને એમાં લગભગ ૫૦ પેજનો એક નવો ખંડ, જેનું શીર્ષક છે ''વિદ્યાર્થીઓ માટે ટાઇમ મેનેજમેન્ટ'' જોડ્યો છે, જેમાં વિદ્યાર્થીઓ માટે સમય પ્રબંધન સાથે જોડાયેલી કેટલીક મૂળભૂત વાતો બતાવવામાં આવી છે. આ પુસ્તક હવે હિન્દી, ઇંગ્લિશ, મરાઠી, ગુજરાતી, ઓડિયા અને બાંગ્લામાં પણ ઉપલબ્ધ છે.એની પ્રેરણા મને ડાયમંડ ગ્રુપના આદરણીય ચેરમેન શ્રી નરેન્દ્ર કુમાર વર્માજીથી મળી છે. આથી હું એમના પ્રતિ પણ હૃદયપૂર્વક આભાર વ્યક્ત કરું છું.

વિદ્યાર્થી આપણા દેશનું ભવિષ્ય છે અને જો તેઓ પોતાના સમયનો સાર્થક પ્રયોગ કરે છે, તો આપણા દેશનું ભવિષ્ય પણ ઉજ્જવળ બનશે. આ જ કામનાની સાથે હું રાજલનીતિ ટાઇમ મેનેજમેન્ટમાં ''વિદ્યાર્થીઓ માટે ટાઇમ મેનેજમેન્ટ'' નામનો ખંડ જોડી રહ્યો છું.

કેમ કે વિદ્યાર્થી જીવન ખૂબ લાંબું હોય છે, જેમાં પ્રાઇમરી સ્કૂલથી શરૂ થઈને હાઈસ્કૂલ, ઇન્ટર, ગ્રેજ્યુએશન વગેરેથી પણ આગળ સુધીની યાત્રા હોય છે. મેં પ્રયાસ કર્યો છે કે, ''વિદ્યાર્થીઓ માટે ટાઇમ મેનેજમેન્ટ''ના ખંડમાં દરેક વર્ગના વિદ્યાર્થીઓ માટે કોઈને કોઈ ઉપયોગી જાણકારીઓ સામેલ કરું.

''વિદ્યાર્થીઓ માટે ટાઈમ મેનેજમેન્ટ'' ખંડ જોડ્યા પછી મને લાગે છે, ભલે તમે કોઈપણ આયુ વર્ગના હોવ, રાજલનીતિ ટાઈમ મેનેજમેન્ટ એક સામાન્ય પરિવારમાં હવે નાનાથી લઈને મોટા બધા સદસ્યો માટે ઉપયોગી થશે.

જ્યારે હું રાજલનીતિ ટાઈમ મેનેજમેન્ટ લખી રહ્યો હતો, તો મને એ વાતનું બિલકુલ અનુમાન ન હતું કે, આ આટલી લાંબી યાત્રા કાપશે. આ પ્રભુની અસીમ કૃપા તો છે જ, સાથે-સાથે વાચકોનો પ્રેમ, પરિવાર, મિત્રગણ, શુભચિંતકો તેમજ દરેક એવી વ્યક્તિ, જેણે આ પુસ્તકના લેખનમાં પ્રત્યક્ષ કે અપ્રત્યક્ષ રૂપથી યોગદાન આપ્યું. તમારા સૌના કારણે જ રાજલનીતિ ટાઈમ મેનેજમેન્ટની અહીંયા સુધીની યાત્રા શક્ય બની. તમારા આ સ્નેહનું જ પરિણામ છે કે, રાજલનીતિ ટાઈમ મેનેજમેન્ટનું અન્ય ભાષાઓમાં પણ અનુવાદ થઈ રહ્યું છે. હું તમારા બધા પ્રતિ હૃદયપૂર્વક આભાર વ્યક્ત કરું છું અને વચન આપું છું કે, આગળ પણ હું રાજલનીતિ ટાઈમ મેનેજમેન્ટની સાથે-સાથે પોતાની અન્ય પુસ્તકોને પણ વધારે ઉપયોગી બનાવવા પર પરિશ્રમ કરતો રહીશ. તમારા તરફથી હંમેશાં મળતો પ્રેમ મારી શક્તિ છે અને એનાથી મને વધારે ઉત્તમ પ્રયાસ કરવાની પ્રેરણા પ્રાપ્ત થાય છે. તમે મારી સાથે યુ-ટ્યૂબ, ફેસબુક, ઈન્સ્ટાગ્રામ, ટ્વીટર વગેરે જેવા માધ્યમોથી જોડાઈ શકો છો.

રાજલનીતિ ટાઈમ મેનેજમેન્ટ વાંચવા માટે આભાર. હું ઈશ્વરથી તમારા ઉજ્જવળ ભવિષ્યની કામના કરું છું. એકવાર પુનઃ હૃદયપૂર્વક આભાર...

- રાજલ

મારી સાથે આ માધ્યમોથી જોડાઓ

Youtube

www.youtube.com/rajalneeti

Facebook

www.facebook.com/therajal

Twitter

www.twitter.com/therajal

Instagram

www.instagram.com/rajalneeti

પ્રસ્તાવના

મનુષ્ય ઈશ્વરની સર્વોત્તમ રચના છે અને આ કારણે તે આ ધરતી પર રહેનાર સર્વશ્રેષ્ઠ પ્રાણી છે, મનુષ્યનું જીવન મળવું અત્યંત જ દુર્લભ છે અને જો આપણને આ દુર્લભ જીવન મળ્યું છે, તો આપણે એનો સર્વોત્તમ લાભ ઉઠાવવો જોઈએ. આપણે પોતાના જીવનનો સર્વોત્તમ લાભ ત્યારે જ ઉઠાવી શકીએ છીએ, જો આપણે પોતાના સમયનો સર્વોત્તમ પ્રયોગ કરીએ કેમ કે, જીવન સમયથી જ બન્યું છે. એ કહેવું અતિશયોક્તિ નહીં થાય કે, સમય જ જીવન છે, પણ દુર્ભાગ્યવશ મોટાભાગના લોકો સમયનો ખૂબ જ ક્રૂરતાપૂર્વક ઉપયોગ કરે છે અને જ્યાં સુધી તેમને ભાન આવે છે, ત્યાં સુધી ઘણું મોડું થઈ ચુક્યું હોય છે. આ સંસારમાં પ્રભુએ લાંબા, ઠીંગણા, ગોરા, કાળા જેવા દરેક પ્રકારના લોકો બનાવ્યા છે, પણ આ બધાને પ્રભુએ દિવસમાં ૨૪ કલાકનો જ સમય આપ્યો છે અને એમનામાંથી એ જ લોકો સફળ થશે, જે પોતાના સમયનો સમજદારીપૂર્વક અને શાનદાર રીતે ઉપયોગ કરશે અને જે લોકો એવું નહીં કરે, એમનું ભવિષ્ય અંધકારમય હશે.

આ પુસ્તક લખવાનું મારું કારણ પણ એ જ છે કે, આ પુસ્તકને બધા વાચક સમયનો સમજદારીપૂર્વક અને શાનદાર રીતથી ઉપયોગ કરે. ''સમય'' જે આપણા જીવનની સૌથી અમૂલ્ય વસ્તુ છે. એનો જો તમે સાવધાનીથી પોતાના લક્ષ્યને પ્રાપ્ત કરવા માટે ઉપયોગ કર્યો, તો તમારું જીવન ખુશહાલ હશે અને તમારી ઓળખ પોતાના ક્ષેત્રમના એક ખૂબ જ સફળ વ્યક્તિના રૂપમાં થશે અને જો તમે

એવું ના કર્યું, તો તમને અસફળ થવાથી કોઈ નથી રોકી શકતું.

"સૌથી, સફળ લોકો એ જ છે, જે પોતાના સમયનો સૌથી ઉત્તમ ઉપયોગ કરે છે." જો તમે સફળ લોકોનો ઈતિહાસ ઉઠાવીને જોશો, તો તમને જાણ થશે કે, સૌથી સફળ લોકો એ જ છે, જે પોતાના સમયનો સૌથી ઉત્તમ ઉપયોગ કરે છે.

૧૦૦ વર્ષથી વધારે થઈ ગયા છે જ્યારે પહેલીવાર અમારા પૂર્વજોએ ગોરખપુર શહેરમાં ઘડિયાળનો વ્યવસાય શરૂ કર્યો હતો. ઘડિયાળ, જે સમય બતાવે છે. સમય એટલે આ સંસારની સૌથી શક્તિશાળી વસ્તુ. ધન, વ્યક્તિ, પદ વગેરે તમે જે ઇચ્છો એ નામ લઈ લો પણ આમાંથી કોઈપણ સમયને નિયંત્રિત નથી કરી શકતું, આ બધા સમયની આગળ હારી જાય છે, સરળ શબ્દોમાં સમયને કોઈ બાંધી નથી શકતું. પણ, તમે સમયનો સમજદારીથી ઉત્તમ ઉપયોગ અવશ્ય કરી શકો છો.

હું અભ્યાસ કરતો હતો, ઘડિયાળના પૈતૃક વ્યવસાયને સંભાળવા ઉપરાંત મારે પોતાના અન્ય વ્યવસાયોને પણ મેનેજ કરવા પડતા હતા. સાથે-સાથે આરજી-ટેક એજ્યુકેશન નામની શિક્ષણ સંસ્થા ચલાવવી અને આ બધું એક જ સમયમાં ખૂબ જ પડકારજનક થઈ જતું હતું. વધતી જવાબદારીઓ અને કામની લાંબી યાદી પર સમયની એ જ સીમિત માત્રા. આ જ કારણે મેં નિશ્ચય કર્યો કે, હું અભ્યાસ કરીશ કે, આપણી પાસે ઉપલબ્ધ સીમિત સમયનો ઉત્તમ અને સમજદારીપૂર્વક રીતે ઉપયોગ કેવી રીતે કરવામાં આવે છે. વર્ષો સુધી સમય પ્રબંધનના વિષય પર શોધ અને એ વિચારોને અજમાવ્યા પછી જે વિચાર મને ઉપયોગી લાગ્યા, એમને મેં પોતાના સદુપયોગ માટે એકત્રિત કર્યા. આ વિચારો/તકનીકોને પ્રયોગમાં લાવ્યા પછી મારું જીવન ના માત્ર વધારે સરળ થઈ ગયું બલ્કે હું ઓછા સમયમાં ખૂબ વધારે પરિણામ પ્રાપ્ત કરવા લાગ્યો. આજે મારી પાસે ૯ ડિગ્રી/ સર્ટિફિકેટ છે, જેમાં LL.B, PGJMC (JOURNALISM), PGDBA (MBA), B LEVEL (MCA) જેવી ૪ પ્રોફેશનલ ડિગ્રી પણ સામેલ છે, જેમાં કઠોર મહેનતની સાથે-સાથે પોતાના સમયનું યોગ્ય પ્રબંધન પણ છે.

રાજલનીતિ ટાઇમ મેનેજમેન્ટના માધ્યમથી હું મારી વર્ષોની કઠિન શોધ તેમજ મહેનત તમારી સમક્ષ રાખી રહ્યો છું. મને આશા છે કે, આ વિચારોથી તમને પણ એટલો જ લાભ થશે, જેટલો મને થયો હતો.

આ પુસ્તકને વાંચવા માટે ધન્યવાદ.

તમારા ઉજ્જવળ ભવિષ્યની કામના.

સ્વ. રાધેશ્યામ ગુપ્તાજીનો પૌત્ર **"રાજલ"**

લેખક વિશે...

'રાજલ'

શિક્ષણ -

- B.COM (DIGVIJAY NATH POST GRADUATE COLLEGE)

  (AFFILIATED TO DEEN DAYAL UPADHAYAY GORAKHPUR UNIVERSITY, GORAKHPUR)
- B.C.A (ALAGAPPA UNIVERSITY, KARAIKUDI, TAMILNADU)
- A LEVEL (P.G.D.C.A) NIELIT (FORMERLY DOEACC, NEW DELHI)
- B LEVEL (M.C.A.) NIELIT (FORMERLY DOEACC, NEW DELHI)
- LL.B. (ST. ANDREWS COLLEGE, GORAKHPUR)
- P.G.J.M.C. (JOURNALISM) [IGNOU, NEW DELHI]
- P.G.D.B.A. (HUMAN RESOURCE MANAGEMENT)

  SYMBOSIS CENTRE FOR DISTANCE LEARNING, PUNE)
- C.S.S.P [NIELIT (FORMERLY DOEACC)]
- C.S.S.A [NIELIT (FORMERLY DOEACC)]

''રાજલ એક પ્રેરક/આત્મ સહાયતા પુસ્તકોના લેખક તેમજ વક્તા છે.

રાજલનીતિ ટાઈમ મેનેજમેન્ટને ઉત્તર પ્રદેશના માનનીય મુખ્યમંત્રી શ્રી યોગી આદિત્યનાથજી દ્વારા વિમોચન તેમજ ભારતના માનનીય ઉપરાષ્ટ્રપતિ શ્રી વેંકૈયા નાયડૂજી દ્વારા શુભકામના સંદેશ પ્રાપ્ત કરવાનું સૌભાગ્ય પ્રાપ્ત થયું. રાજલનીતિ શ્રૃંખલાની એક અન્ય પુસ્તકને ઉત્તર પ્રદેશના માનનીય તત્કાલીન રાજ્યપાલ શ્રી રામ નાઈકજી દ્વારા વિમોચનનું પણ સૌભાગ્ય મળ્યું. રાજલનીતિ-૧ પુસ્તકના પ્રથમ અધ્યાય ''બાળકો મુશ્કેલીમાં હોય તો માઁ જ કામ આવે છે''ને ઈન્ટરનેટ પર પાંચ લાખથી વધારે લોકોએ વાંચ્યો અને આવકાર્યો.

રાજલનો જન્મ એક વ્યવસાયી પરિવારમાં થયો હતો. એમના દાદાજી સ્વ. રાધેશ્યામ ગુપ્તા શહેરના એક અત્યંત સરળ અને સન્માનિત વ્યક્તિઓમાંથી એક હતા. બાળપણમાં બધાને લાગતું હતું કે, રાજલમાં કોઈપણ પ્રકારની કોઈ પ્રતિભા નથી, કેમ કે જીવનના બધા ક્ષેત્રોમાં એમનું પ્રદર્શન બિલકુલ સારું ન હતું. આથી બધાને લાગતું હતું કે, તેઓ જીવનભર અસફળ રહેશે. તેમ છતાં એમના દાદાજી એમને નિઃસ્વાર્થ ભાવથી પ્રેમ કરતા હતા અને સરળ શબ્દોમાં કહેવામાં આવે, તો એમના દાદાજીનો પ્રેમ એમની સફળતા અને અસફળતા બંનેના સમયે એક સમાન રહેતો હતો અને તેઓ જ પ્રથમ માણસ હતા, જેમમે રાજલને પ્રેરિત કર્યા કે, તેઓ જીવનમાં કંઈક કરી શકે છે. એમની આપેલી પ્રેરણાના કારણે એમણે ધોરણ-૬ નાપાસથી ૯ ડિગ્રી/સર્ટિફિકેટની યાત્રા કાપી. હજારો વિદ્યાર્થીઓની સહાયતા તેમજ માર્ગદર્શનના માધ્યમ બન્યા. આજે તેઓ પોતાની સફળતાનો શ્રેય પોતાના દાદાજી સ્વ. રાધેશ્યામ ગુપ્તાજીને આપે છે. તેઓ એને પોતાનું દુર્ભાગ્ય માને છે કે, એમની આ સફળતાને જોવા માટે એમના દાદાજી દુનિયામાં નથી. પણ તેઓ માને છે કે, એમના દાદાજી જ્યાં પણ હશે, એમનાથી ખૂબ ખુશ હશે, કેમ કે એમણે જે આશાઓ રાજલ પાસેથી રાખી હતી, રાજલે એને પર્યાપ્ત રીતે પૂર્ણ કરી દીધી છે.

રાજલનીતિ ટાઈમ મેનેજમેન્ટ પુસ્તકથી તમે જાણશો કે ''સૌથી સફળ લોકો એ જ હોય છે, જે પોતાના સમયનો સૌથી ઉત્તમ ઉપયોગ કરે છે.'' આ સંસારમાં પ્રભુએ દરેક પ્રકારના લોકો બનાવ્યા છે અને આ બધાને પ્રભુએ દિવસમાં ૨૪ કલાકનો જ સમય આપ્યો છે, પણ એવું કેમ છે કે કેટલાક લોકો ખૂબ આગળ

નીકળી જાય છે, જ્યારે મોટાભાગના લોકો ત્યાંના ત્યાં જ રહી જાય છે? રાજલનીતિ ટાઈમ મેનેજમેન્ટ વાંચો અને જાણો કે, સફળ લોકો પોતાના સમયનો કઈ રીતે ઉપયોગ કરે છે અને સમયનો ઉત્તમ ઉપયોગ કરીને તેઓ કયા પ્રકારે ભીડથી ખૂબ જ આગળ નીકળી જાય છે.

- ✶ જાણો કે શું છે તમારા સમયનો સૌથી ઉત્તમ ઉપયોગ?
- ✶ કેવી રીતે બનાવશો પ્રતિદિવસ માટે કરવામાં આવનારા કામોની લેખિત સૂચી?
- ✶ યોજના અને તૈયારી કેવી રીતે તમને વિજયી વૃદ્ધિ અપાવે છે?
- ✶ જાણો, કેમ જે કામ સોયથી થઈ શકે છે, એના માટે તલવારનો પ્રયોગ કરવો સમજદારી નથી?
- ✶ જાણો, કેમ હાર્ડ વર્ક (કઠોર પરિશ્રમ) સારો છે પરંતુ સ્માર્ટ વર્ક (સમજદારીથી કરવામાં આવેલું કામ) એના કરતાં પણ વધારે સારું છે?
- ✶ વિદ્યાર્થીઓ માટે સમય પ્રબંધન સંબંધિત વિશેષ ટિપ્સ.

સમય પ્રબંધનના ઉત્તમ ઉપયોગના કારણે જ રાજલે ૯ ડિગ્રી/સર્ટિફિકેટ પણ પ્રાપ્ત કર્યા, જેમાં LL.B, PGJMC (JOURNALISM), PGDBA (MBA), B LEVEL (MCA) જેવી ૪ પ્રોફેશનલ ડિગ્રી પણ સામેલ છે. રાજલનીતિ ટાઈમ મેનેજમેન્ટ પુસ્તકના માધ્યમથી તેઓ પોતાના સમય પ્રબંધન સાથે જોડાયેલી વર્ષોની કઠિન શોધ તેમજ મહેનતને તમારી સમક્ષ રાખી રહ્યા છે.

અધ્યાય - ૧

તમારું ભવિષ્ય એ વાત પર નિર્ભર કરે છે કે, તમે પોતાના વર્તમાન સમયનો ઉપયોગ કેવી રીતે કર્યો

"પોતાનું ધ્યાન ઉત્પાદક બનવા પર લગાવો, વ્યસ્ત રહેવા પર નહીં." : ટિમ ફેરિસ

આવનારા વર્ષોમાં તમારું ભવિષ્ય ખૂબ જ ઉજ્જવળ અને શાનદાર હશે પણ તે એ વાત પર નિર્ભર કરશે કે, તમે અત્યાર સુધી પોતાના સમયનો કેવી રીતે ઉપયોગ કર્યો? આપણે અહીંયા એક ૩૦ વર્ષના જોડિયા ભાઈઓની વાર્તા પર ધ્યાન આપીશું, જે એક જ સમયે એક જ માતા-પિતાથી જન્મ્યા. ચહેરો, લંબાઈ બધું જ એક જેવું પણ એમની પરિસ્થિતિઓ આજે બિલકુલ ભિન્ન છે. એક ભાઈએ ભારતની પ્રતિષ્ઠિત કૉલેજમાંથી એન્જિનિયરિંગનો અભ્યાસ કર્યો અને આજે તે એક ખૂબ જ મોટી કંપનીમાં એક ખૂબ સારા પદ પર કાર્યરત છે અને એનો બીજો જોડિયો ભાઈ સંઘર્ષ કરી રહ્યો છે, આખરે આવું કેમ?

કેમ કે તેણે ધોરણ-૧૨ પછી કોઈ અભ્યાસ ના કર્યો અને બધો સમય મોજ-મસ્તી કરવામાં, વ્યર્થના લોકોની સાથે ફરવામાં વીતાવ્યો. જોતાં-જોતાં ક્યારે ૧૦-૧૨ વર્ષ વીતી ગયા એને ખબર જ ના પડી. હવે તે અસમંજસમાં છે કે, હવે તે શું કરે? ૩૦ વર્ષની ઉંમરમાં ફરીથી અભ્યાસ શરૂ કરે કે નાનું-મોટું કોઈ કામ કરે?

જેમ કે, તમે આ વાર્તાથી સ્પષ્ટ રૂપથી સમજી શકો છો કે, સમયનો સદુપયોગ ન કરવા પર શું દુષ્પરિણામ આવે છે. સમજદાર એ જ વ્યક્તિ હોય છે, જે બીજાઓના અનુભવોમાંથી શીખ લે. તો આવો, આપણે આ વાર્તામાંથી મળેલા સંદેશને ગ્રહણ કરીએ અને પોતાની સ્થિતિ એ બીજા જોડિયા ભાઈ જેવી ન થવા દઈએ, જેણે પોતાના મૂલ્યવાન સમયને નષ્ટ કર્યો અને અંતે સમયે પણ એને બરબાદ કરી દીધો.

સમય પ્રબંધન સાથે જોડાયેલી અમલ યોગ્ય ઉપયોગી વાતો :

* સ્વયંનું આકલન કરો કે, તમે વર્તમાન સમયમાં ક્યાં છો? શું તમારી સ્થિતિ એવી જ છે, જેવી તમે ઈચ્છતા હતા. જો એવું નથી, તો કેમ? શું તમે અતીતમાં સમયનો સમજદારીપૂર્વક રીતથી ઉપયોગ કર્યો ન હતો. જો એવું છે, તો હવેથી આ ભૂલને ના દોહરાવો અને અત્યારથી જ સમયનો ઉત્તમ ઉપયોગ કરવાનું શરૂ કરો.
* તમે પ્રતિદિવસ કેટલાક કલાક ટી.વી. જુઓ છો? મનોરંજનના સમયને ઓછો કરીને આપણે આ કિંમતી સમયનો ઉપયોગ અન્ય સાર્થક કાર્યોને કરવામાં કરી શકીએ છીએ.

અધ્યાય - ૨

જાણો કે શું છે તમારા સમયનો સૌથી ઉત્તમ ઉપયોગ

"જો તમે સમયનો ભરપૂર ઉપયોગ કરવા ઈચ્છો છો, તો તમારે જાણવું પડશે કે, તમારા માટે સૌથી જરૂરી શું છે? એના પછી તમે એ કામને કરવામાં પોતાનું બધું જ ઝોંકી દો." : લી આયાકોકા

એક રસ્તા પર ખૂબ વધારે પૈસા પડેલા હતા, જેમાં ઘણા બધા ૧, ૨, ૫, ૧૦ના સિક્કા પણ છે અને ૧૦, ૨૦, ૫૦૦ અને ૨૦૦૦ની નોટ પણ, બે મિત્ર જલ્દી-જલ્દી આ પૈસાઓને ઉઠાવી રહ્યા છે, જેથી એમનાથી પહેલાં કોઈ અન્ય આ પૈસા ઉઠાવી ના લે. પણ એક મિત્ર માત્ર સિક્કા ઉઠાવી રહ્યો છે અને બીજો મિત્ર માત્ર નોટ, શું તમે બતાવી શકો છો કે, કયો મિત્ર વધારે ધન ઉઠાવી શકશે, કયો મિત્ર સમજદારીથી કામ કરી રહ્યો છે?

(આ એક કાલ્પનિક ઉદાહરણ છે, જે માત્ર સમજાવવા માટે પ્રયોગ કરવામાં આવ્યું છે) કદાચ તમારા માટે ઉત્તર આપવો કઠિન ના હોય અને તમે વિચારશો કે, આ તો કોઈ બાળક પણ બતાવી દેશે કે, સિક્કા ઉઠાવનારો પહેલો મિત્ર કેટલો મૂર્ખ છે, જ્યારે નોટ ઉઠાવનારો બીજો મિત્ર એટલો જ સમજદાર. પણ મોટાભાગના જીવનમાં આપણે પણ એ પહેલાવાળા મિત્રની જેમ જ પોતાના

સમયનો ઉપયોગ કરીએ છીએ, જેમ એણે સિક્કા ઉઠાવવામાં કર્યો હતો. એટલે કે, આપણે પોતાનો મોટાભાગનો સમય ઓછી મૂલ્યવાન વસ્તુઓને કરવામાં લગાવીએ છીએ, જ્યારે કે એ સમયનો ઉપયોગ આપણે એ કામોને કરવામાં પણ કરી શકીએ છીએ, જેનાથી આપણને મોટા અને ઉત્તમ પરિણામ મળે. જો મારી વાત કરવામાં આવે, તો પુસ્તકો લખવી મારા સૌથી મહત્ત્વપૂર્ણ કાર્યોમાંથી એક છે અને આ કામમાં મારે અન્ય કાર્યોની અપેક્ષાએ વધારે સમય આપવો જોઈએ.

જેમ કે આપણે બધા જાણીએ છીએ કે, આ ધરતી પર કોઈપણ અમર નથી, આપણા બધાની પાસે અહીંયા એક સીમિત સમય/જીવનકાળ છે. પ્રત્યેક ધર્મમાં એ બતાવવામાં આવ્યું છે કે, આ ધરતી પર મનુષ્યનો જન્મ કોઈ મહાન ઉદ્દેશ્ય માટે થયો છે અને પ્રત્યેક મનુષ્યનું એ કર્તવ્ય છે કે, તે પ્રભુના આપેલા આ સુંદર જીવનને સાર્થક બનાવે.

સરળ શબ્દોમાં મનુષ્ય પોતાના સમય/જીવનનો વધારેમાં વધારે ઉપયોગ માત્ર અને માત્ર એ જ કાર્યોને કરવામાં કરે, જે એના જીવનના સર્વોચ્ચ ઉદ્દેશ્યો સાથે મેળ ખાતા હોય. ઉદાહરણસ્વરૂપે, એક ખેલાડીએ પોતાના સમયનો વધુમાં વધુ સદુપયોગ ખેલના નિયમોને જાણવા, ખેલ સાથે જોડાયેલી તકનીકોને શીખવા અને એ ખેલનો વારંવાર અભ્યાસ કરવામાં કરવો જોઈએ, જે એના મુખ્ય કાર્ય છે અને તેણે એ કાર્ય કરવા જોઈએ. એવી જ રીતે વિદ્યાર્થીઓએ પોતાનો સૌથી વધુ સમય પોતાના પાઠ્યક્રમ સાથે જોડાયેલા વિષયોના અભ્યાસમાં અને સારા માર્ક્સ પ્રાપ્ત કરવાની રણનીતિ બનાવવામાં લગાવવો જોઈએ.

એ જ પ્રકારે એક ડૉક્ટરે વર્તમાન સમયમાં થઈ રહેલી નવી શોધો વિશે પોતાની જાણકારીમાં વૃદ્ધિ કરવા માટે નિયમિત રૂપથી અભ્યાસ કરવો પડે છે. ભલે તમે વિદ્યાર્થી હો કે વ્યવસાયી, એન્જિનિયર કે વકીલ, તમે આજે જે પણ છો કે જે પણ કરો છો, તમારે એ કામને ઓછામાં ઓછા સમયમાં ઉત્તમ રીતથી કરવાનું શીખવું પડશે અને એના માટે તમારે સમયનું યોગ્ય પ્રબંધન કરવું પડસે. સૌથી સફળ લોકો એ જ છે, જે પોતાના સમયનો સૌથી ઉત્તમ ઉપયોગ કરે છે અને તેઓ આત્મ-અનુશાસન રાખીને માત્ર મહત્ત્વપૂર્ણ કાર્યોને કરે છે.

સમય પ્રબંધન સાથે જોડાયેલી અમલ યોગ્ય ઉપયોગી વાતો :

★ જાણો શું જરૂરી છે અને શું બિનજરૂરી?

એક સમજદાર માણસે સમજવું જોઈએ કે, એના માટે શું જરૂરી છે અને શું જરૂરી નથી. વિલફ્રેડ પરેટોંએ એક સિદ્ધાંત પણ આપ્યો હતો, જેને આપણે પરેટોં પ્રિન્સિપલ પણ કહીએ છીએ, એના અનુસાર કોઈપણ મોટી સફળતા માટે ૮૦ ટકા પરિણામ એના ૨૦ ટકા કાર્યોમાં જ છુપાયેલી રહે છે અને સફળ લોકો એ જ મહત્ત્વના ૨૦ ટકા કાર્યોને કરે છે, જે ૮૦ ટકા પરિણામની બરાબર હોય છે. આ પ્રકારે તેઓ ઓછા સમયમાં જ ઘણા આગળ વધી જાય છે, જ્યારે કે અસફળ લોકો બાકી બચેલા ૮૦ ટકા બિનજરૂરી કામોમાં જ ઉલઝાયેલા રહે છે. એનું સૌથી સરળ ઉદાહરણ છે આપણા સ્કૂલના દિવસોમાં થયેલી પરીક્ષાઓ, જેમાં ૫ અંકના પણ પ્રશ્ન આવતા હતા અને ૨૦ અંકના પણ, સમજદાર વિદ્યાર્થી ના માત્ર સૌથી પહેલા આ ૨૦ અંકવાળા પ્રશ્નોને કરતા હતા, બલ્કે પોતાનો વધુને વધુ સમય આ ૨૦ અંકોવાળા પ્રશ્નોને કરવામાં લગાવતા હતા. કેમ કે આ પ્રશ્નોને કરવાથી એમને વધારે અંક મળતા હતા અને એમના જવાબ લખ્યા બાદ જો ૫ અંકવાળા પ્રશ્નોને કરવાનો સમય ના પણ બચે, તો પણ કોઈ સમસ્યા નથી. મુદ્દાની વાત તો એ છે કે, એમણે સૌથી વધારે પરિણામ આપતી વસ્તુઓને કરી.

★ જ્યારે પણ તમે કોઈ કાર્ય કરવાનું શરૂ કરો, આ પ્રશ્નનો ઉત્તર અવશ્ય આપોઃ શું આ મારા સમયનો સૌથી ઉત્તમ ઉપયોગ છે અને મારા આ કાર્યને કરવાથી મારા ભવિષ્ય પર શું પ્રભાવ પડશે? એ જ કાર્ય કરો, જે તમારા ભવિષ્યને ઉત્તમ બનાવતું હોય, કેમ કે સફળ લોકો એ જ કરે છે, જ્યારે અસફળ લોકો અતીતની વાતો અને બિનજરૂરી કામોને કરવામાં ફસાયેલા રહે છે.

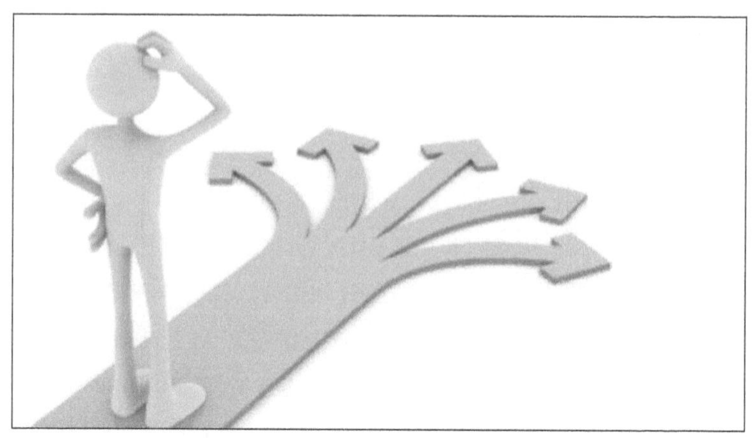

અધ્યાય - ૩

કયું કામ કરવામાં આવે?

" જ્યાં સુધી આપણે પોતાના સમયને વ્યવસ્થિત ના કરી લઈએ, ત્યાં સુધી આપણે બીજું કંઈપણ વ્યવસ્થિત નહીં કરી શકીએ' : પીટર ડ્રકર

એક માણસ ટ્રેનની ટિકિટ ખરીદવા માટે કલાકોથી એક લાંબી લાઇનમાં લાગેલો છે. જેવો જ એનો નંબર આવે છે, ટિકિટ કાઉન્ટર પર બેઠેલો માણસ એને પૂછે છે કે, ''હું તમને ક્યાંની ટિકિટ આપું?'', જવાબ મળે છે ''મને ખબર નથી.''

કદાચ તમે વિચારી રહ્યા હશો કે, કેટલો મૂર્ખ માણસ છે. જ્યારે ખબર જ નથી કે જવાનું ક્યાં છે, તો લાઇનમાં ઊભો જ કેમ રહ્યો? પણ એવી સ્થિતિ જ મોટાભાગના લોકોની છે, જેમને ખબર નથી કે, કયું કામ કરવામાં આવે.

હું શાકાહારી છું. આથી હું પૂરો પ્રયાસ કરું છું કે, માત્ર શાકાહારી રેસ્ટોરન્ટમાં જ ભોજન કરવામાં આવે. હું અહીંયા સમજાવવા માટે એક કાલ્પનિક ઉદાહરણ લઉં છું. એક દિવસે હું મારી પસંદગીની રેસ્ટોરન્ટમાં ગયો, જ્યાં લગભગ ૨૦૦ કરતાં વધારે પ્રકારના વ્યંજન બને છે અને એ રેસ્ટોરન્ટના માલિક મને પ્રસ્તાવ આપતા કહે છે, તમે અમારા ખૂબ જ ખાસ અને જૂના ગ્રાહક છો અને અમારા ત્યાં વર્ષોથી આવો છો. આથી, અમે આજે તમને આ રેસ્ટોરન્ટમાં

બનતા બધા ૨૦૦ પ્રકારના પકવાન ખવડાવીશું અને તમારી પાસેથી એક રૂપિયો પણ નહીં લઈએ. શરત માત્ર એટલી છે કે, આ બધા ૨૦૦ વ્યંજનને તમારે પૂરા ખાવા પડશે અને એ પણ આજે જ.

શું તમારા માટે અથવા કોઈ માટે પણ આ શક્ય છે કે, તે એક જ દિવસમાં એક રેસ્ટોરન્ટમાં બનતા બધા ૨૦૦ પ્રકારના વ્યંજનને ખાઈ શકે, ભલે જ એને તે મફતમાં મળી રહ્યા હોય?

જ્યારે એક માણસ એક દિવસમાં (એક મર્યાદિત સમયમાં) ૨૦૦ વ્યંજન નથી ખાઈ શકતો, તો શું એક માણસ પોતાના એક જ જીવનકાળમાં બધું જ કરી શકે છે? શું એક જ માણસ ડૉક્ટર, એન્જિનિયર, વકીલ, આર્કિટેક્ટ, વ્યવસાયી, ઉદ્યોગપતિ બની શકે છે? તે પણ એક સાથે અને એક જ જીવનકાળમાં? જવાબ છે 'ના'.

આપણી સામે સમસ્યા એ છે કે, આપણી સામે જે પણ કામ આવે છે, આપણે એને કરતા જઈએ છીએ. શું કરવાનું છે? ક્યારે કરવાનું છે? કેવી રીતે કરવાનું છે? કયા કામને સોંપી શકાય છે અને કોને સોંપી શકાય છે? એની આપણને ખબર જ નથી હોતી. અહીંયા જીવનના લક્ષ્ય વધારે અસરકારક સિદ્ધ થાય છે, જેને તમે સરળ ભાષામાં જીવનનો ઉદ્દેશ્ય પણ કહી શકો છો. પોતાનો મોટાભાગનો સમય આપણે લક્ષ્યોને પ્રાપ્ત કરવાની યોજનાઓ અને એમને પ્રાપ્ત કરવાના પ્રયાસોમાં લગાવવો જોઈએ.

સૌથી પહેલા નિર્ધારિત કરો કે, તમારે શું કરવાનું છે? અને તમે એને કેવી રીતે ઉત્તમ રીતથી કરી શકો છો, તે પણ ઓછા સમયમાં? તમારે લક્ષ્ય નિર્ધારિત કરવા પડશે. કેટલાક વ્યક્તિગત હશે, જેમને તમે સ્વયં પોતાના માટે ઈચ્છતા હશો, કેટલાક લક્ષ્ય પરિવાર માટે, કેટલાક લક્ષ્ય પોતાના વ્યવસાય અથવા કારકિર્દી માટે હશે.

જો તમે વિદ્યાર્થી છો, તો તમે કોઈ પરીક્ષામાં એ જ પ્રશ્નોનો જવાબ લખવામાં પ્રથમ પસંદગી કરો, જે તમને સૌથી સારી રીતે આવડતા હોય અને પોતાનો કિંમતી સમય સૌથી પહેલા એ પ્રશ્નોના જવાબ લખવામાં લગાવો, જેમના પર તમને સૌથી વધારે માર્ક્સ મળવાના હોય.

સમય પ્રબંધન સાથે જોડાયેલી અમલ યોગ્ય ઉપયોગી વાતો :

★ આપણે સમયનું પ્રબંધન કેવી રીતે કરી શકીશું? જ્યારે આપણે પોતાની જિંદગીની કોઈ યોજના જ નથી બનાવી! આથી આ મહત્ત્વપૂર્ણ સવાલોના જવાબની તમને જાણ હોવી જોઈએ.

૧. તમારા લક્ષ્ય શું છે? (તમારા લક્ષ્ય વ્યક્તિગત, પારિવારિક કે સામાજિક હોઈ શકે છે)

૨. જો તમને ૧ કરોડ રૂપિયા આપવામાં આવે, તો તમે એનો ઉપયોગ કઈ રીતે કરશો? તમે કયું કાર્ય સ્વયં કરવા ઇચ્છશો અને કયા કાર્ય બીજાઓને કરવા માટે સોંપવા ઇચ્છશો?

૩. જો તમારી પાસે જીવવા માટે માત્ર ૬ મહિના જ બાકી હોય, તો તમે શું કરશો?

૪. જો તમને એ ખબર પડે કે, તમે જીવનમાં જે ઇચ્છો, એ પ્રાપ્ત કરી શકો છો અને એ કામમાં સફળ થવાથી તમને કોઈ રોકી નથી શકતું, તો તમે શું કરશો?

અધ્યાય - ૪

કોઈપણ કામ એકવારમાં જ કરી નાખો

"સમસ્યા એ છે કે તમે વિચારો છો કે આપણી પાસે પર્યાપ્ત સમય છે.' : બુદ્ધ

મેં મારો ઘણો બધો સમય ક્રિકેટ જોવામાં ઉપયોગ કર્યો છે અને મેં જોયું છે કે, કેટલાય એવા બેટ્સમેન, જેમણે એક લાંબી ઈનિંગ તો રમી પણ લંચ કે ડ્રિંક્સના interval/અંતરાલના કારણે એમનું ધ્યાન ભંગ થઈ ગયું અને જ્યારે તેઓ ફરીથી રમવા આવ્યા, તો ધ્યાન ભંગ થઈ જવાના કારણે તેઓ તુરંત જ આઉટ થઈ ગયા.

પોતાના સમયને સૌથી મહત્ત્વપૂર્ણ કામ કરવામાં લગાવો અને એમાં ત્યાં સુધી લાગ્યા રહો, જ્યાં સુધી કે તે કામ પૂરું નથી થઈ જતું.

મેં અનુભવ્યું છે કે, જ્યારે પણ તમે કોઈ કામ શરૂ કરો છો અને પછી એને છોડીને કોઈ બીજું કામ કરવાનું શરૂ કરી દો છો, તો ના માત્ર એકાગ્રતા ભંગ થઈ જાય છે, બલ્કે એમાં લાગવાવાળો સમય પણ કેટલાય ગણો વધી જાય છે.

ઉત્તમ એ થશે કે, જ્યારે પણ કોઈકામ શરૂ કરો, તો ખુદને એટલા અનુશાસિત કરી લો કે, જ્યાં સુધી તે કામ પૂરું ન થઈ જાય, ત્યાં સુધી કોઈ અન્ય કાર્યને આપણે હાથ પણ ના લગાવીએ. જ્યારે તમે એવું કરો છો, તો તમે

એ કામને પૂરું કરવામાં લાગતા સમયને, અડધાથી પણ ઓછો કરી શકો છો.

મેં ઘણા બધા સફળ લોકોના જીવનચરિત્ર વાંચ્યા છે અને મેં અનુભવ્યું કે, આ બધા લોકોમાં એક વસ્તુ સામાન્ય હતી, તેઓ બધા આત્મ-અનુશાસિત હતા અને તેઓ જાણતા હતા કે, એમના માટે શું મહત્ત્વપૂર્ણ છે. ભલે જ એમનું મન કરે કે ન કરે, તેઓ એ કામમાં લાંબા સમય સુધી લાગેલા રહેતા હતા, જ્યાં સુધી કે તે કાર્ય પૂરું ન થઈ જાય, કેમ કે એના પર એમનું પૂરું ભવિષ્ય નિર્ભર હતું.

એક કહેવત છે- હજારો માઇલ લાંબી યાત્રા પ્રથમ પગલાંથી શરૂ થાય છે. આથી બસ પહેલું પગલું ઉઠાવો અને ત્યાં સુધી ના રોકાઓ, જ્યાં સુધી તમે મંજિલ સુધી નથી પહોંચી જતા.

સમય પ્રબંધન સાથે જોડાયેલી અમલ યોગ્ય ઉપયોગી વાતો :

★ પોતાના વિદ્યાર્થી જીવનમાં મેં અનુભવ્યું છે કે, જ્યારે પણ આપણે વાંચવા કે લખવાનું શરૂ કરીએ છીએ, તો શરૂઆતમાં લગભગ ૧૦-૧૫ મિનિટ તો એકાગ્રતા બનાવવામાં જ લાગી જાય છે. પ્રયાસ કરો કે, જ્યારે પણ વાંચવાનું શરૂ કરો, તો ઓછામાં ઓછા દોઢ-બે કલાક નિરંતર બેસો, જેમાં કોઈપણ પ્રકારનું કોઈ વ્યવધાન ન હોય. આ કઠિન તો છે, પણ મેં આ રીતને ખૂબ જ અસરકારક અનુભવી છે.

★ **એકાગ્રતા :** સફળ લોકો એ જ કામને હાથમાં લે છે, જે સૌથી વધારે પરિણામ આપતા હોય અને એને ત્યાં સુધી કરતા રહે છે, જ્યાં સુધી તે પૂરું ન થઈ જાય. કેમ કે એક કામને શરૂ કરવું અને એને ટાળી દેવાથી કે પછી કરવા માટે છોડી દેવામાં તમે ઓછામાં ઓછો પોતાનો ૫ ગણો સમય બરબાદ કરો છો, એવું શોધમાં પ્રાપ્ત થયું છે.

★ કંઈપણ મોટું કરવા માટે એકાગ્રતા ખૂબ જ મહત્ત્વપૂર્ણ છે.

અધ્યાય - ૫

બનાવો પ્રતિદિન કરવાના કામોની લેખિત સૂચી

" વીતેલો સમય ક્યારેય પરત નથી આવતો.' : બેંજામિન ફ્રેંકલિન

અમારા પૈતૃક ઘડિયાળના વ્યવસાયને ૧૦૦ વર્ષ કરતાં પણ વધાર થઈ ગયા. મેં બાળપણમાં ઘણો બધો સમય, પોતાની દુકાન વૉચ હાઉસ પર, પોતાના દાદાજીની સાથે વીતાવ્યો. જ્યારે પણ કોઈ ઘડિયાળ વેચાતી હતી, દાદાજી એને એક કૉપીમાં નોટ કરી લેતા હતા અને દિવસના અંતમાં તેઓ એક સૂચી બનાવતા હતા કે, કઈ-કઈ ઘડિયાળ કેટલી માત્રામાં મંગાવવાની છે અને આ કામ માત્ર તેઓ એક દિવસ નહીં, સપ્તાહના બધા દિવસે કર્યા કરતા હતા અને સંપૂર્ણ સપ્તાહનો ઑર્ડર એક સાથે આપવામાં આવતો હતો.

મેં એમનાથી પૂછ્યું કે, 'તેઓ એવું કેમ કરે છે?' તો એમણે મને પૂછ્યું કે, 'બતાવ, કાલે કઈ-કઈ ઘડિયાળ વેચાઈ હતી?' જવાબમાં મેં એમને કહ્યું- 'કુલ મિલાવીને ૩૦-૪૦ ઘડિયાળ વેચાઈ હશે પણ મને બધાના મૉડલ યાદ નથી.'

એમણે એના પર કહ્યું કે, 'બતાવ, તું હજુ બાળક છે અને હું વૃદ્ધ છું, તને કાલ સુધીનો હિસાબ નથી યાદ, તો અમને પૂરા સપ્તાહ અને પૂરા વર્ષનો હિસાબ કેવી રીતે યાદ રહેશે? કોઈ લાપરવાહી ના થાય અને બધું જ યાદ રહે, આથી બધું લખવું પડે છે.'

સૂચીનો ઉપયોગ મારા પરિવારમાં, માત્ર મારી દુકાનમાં જ થતો ન હતો, બલ્કે આ કામ અમારી દાદીજી અને માતાજી પણ કરતી હતી. મેં એમને બજારમાંથી સામાન મંગાવવા માટે પણ એક સૂચીનો ઉપયોગ કરતા જોયા. નાની-નાની જરૂરી વસ્તુઓ, જેમ કે શાકભાજી કે ફળ માટે પણ તેઓ લેખિત પ્રણાલીનો ઉપયોગ કરતી હતી. સાથે-સાથે કર્મચારીઓના હિસાબ-કિતાબ માટે પણ તેઓ એક અલક કૉપી બનાવી લેતી હતી.

ઈશ્વરથી પ્રાપ્ત થયેલું આપણું આ દિમાગ ખૂબ જ શક્તિશાળી તો છે, પણ જેમ કે તમે જોઈ શકો છો કે, નાની-નાની વસ્તુઓને સમય પર યાદ રાખવા માટે સૂચીની જરૂર તો પડે જ છે. તમારા હિસાબથી જે પણ કામ તમારે કરવાના છે, એમની સૂચી બનાવો. એના પછી એને ક્રમ અનુસાર ગોઠવો, કયું કામ સૌથી પહેલા કરવાનું છે, કયું કાર્ય એના પછી કરવાનું છે, એની એક શ્રૃંખલા બનાવી લો અને એ પણ ચિહ્નિત કરી લો કે, કયું કાર્ય બિલકુલ નથી કરવાનું.

જો આપણને ખબર ના હોય કે, આપણે દરેક દિવસે શું કરવાનું છે, તો આપણે જીવનને નથી ચલાવી રહ્યા, બલ્કે જીવન આપણને ચલાવી રહ્યું છે.

પ્રત્યેક દિવસે આપણે શું કરવાનું છે, એની સૂચી જો આપણે પહેલાં જ બનાવી લઈએ, તો ના માત્ર આપણા બધા કામ સમય પર પૂરા થવા લાગશે, બ્લકે આ આદતના કારણે આપણે ભીડ કરતાં ખૂબ આગળ નીકળી જઈશું. સૂચી બનાવીને કામ કરવા પર આપણી ટાળમટોળની આદત પણ છૂટી જાય છે. મેં અનુભવ્યું છે કે, જ્યારે તમે પોતાની સૂચીમાં એક-એક કામ કાપતા જાઓ છો, તો ના માત્ર આપણને એક આંતરિક ખુશી પ્રાપ્ત થાય છે પણ આપણો આત્મ-વિશ્વાસ પણ વધતો જાય છે. જો એ દિવસે સૂચીમાંથી કોઈ કામ છૂટી ગયું હોય, તો એના આગલા દિવસની સૂચીમાં જોડી લો.

જ્યારે તમે વધારે પારંગત/expert થઈ જાઓ, તો એક સાપ્તાહિક અને માસિક સૂચી પણ બનાવો, જેમાં પોતાના મોટા લક્ષ્યોને લખો, જેમને તમે સાપ્તાહિક અને માસિક રૂપથી પૂરા કરવા ઇચ્છો છો.

સમય પ્રબંધન સાથે જોડાયેલી અમલ યોગ્ય ઉપયોગી વાતો :

★ જે પણ કરવાનું છે, એને લખી લો અને વ્યવસ્થિત/organise કરોઃ શું

કરવાનું છે? કેવી રીતે કરવાનું છે અને કયા ક્રમમાં કરવાનું છે? શોધ પરથી પ્રાપ્ત આંકડાઓ પર ધ્યાન આપવામાં આવે, તો એ જોવા મળ્યું છે કે એવા વ્યક્તિ, જેમની પાસે લેખિત લક્ષ્ય છે અને જો આ લેખિત લક્ષ્યો અનુસાર જ તેઓ એના પર કામ કરે, તો સામાન્ય માણસ કરતાં એમની સફળ થવાની સંભાવના ઓછામાં ઓછી ૫૦ ગણી વધારે વધી જાય છે.

- ★ સૂચી બનાવો, ઉત્તમ થશે કે, તમે આગલા દિવસની સૂચી આજે સાંજે કે રાત્રે જ બનાવી લો, કેમ કે રાત્રે સુતા સમયે તમારું અવચેતન મસ્તિષ્ક એવા રસ્તા અને રીતો શોધશે કે, કઈ રીતે એ કામોને કરવામાં આવે.

  સૂચીનો સૌથી મોટો ફાયદો એ થાય છે કે, આ બિલકુલ નક્શાની જેમ હોય છે, જેમ નક્શો બતાવે છે કે, આપણે ક્યાં છીએ અને આપણે ક્યાં જવાનું છે, એ જ રીતે સૂચી આપણને બતાવે છે કે, આપણે એ સૂચીમાંથી કયા-કયા કામ કર્યા અને કયા-કયા કામ કરવાના બાકી છે. જેમ-જેમ તમે સૂચીના કામને સફળતાપૂર્વક કરતા જશો અને એ સૂચીમાંથી કાપતા જશો, તમારો આત્મ-વિશ્વાસ પણ વધતો જશે.

- ★ **હું સૂચી કઈ રીતે બનાવું છું :**

  તમને જે પણ કામ યાદ આવી રહ્યા હોય, બધાને લખી લો, કોઈને પણ ના છોડો. એના પછી કેટલાક પસંદગીના કામ, જે તમને સૌથી મહત્ત્વપૂર્ણ લાગતા હોય, જેમને કરવાથી તમારું ભવિષ્ય ઉજ્જવળ થશે, એમની આગળ રોમન અક્ષર ''I''(આઈ), જેનો અર્થ પ્રથમ કે ફર્સ્ટ પણ થાય છે, એને લખી લો. એના પછી જુઓ કે આ ''I'' (આઈ) કામોમાં અપેક્ષિત પરિણામોના હિસાબથી સૌથી પહેલા, કયા કામને કરવામાં આવવા જોઈએ. એને ઓળખ્યા પછી એ ''I''ની આગળ '૧' લખી લો. એ જ રીતે એના પછી જે બીજા ''I'' કામને કરવાનું છે, એની આગળ '૨' લખી લો. એ જ રીતે ત્રીજા-ચોથા ''I'' કાર્યની આગળ પ્રાથમિકતા અનુસાર સંખ્યા લખી લો. ''I'' કાર્યોને એમની પ્રાથમિકતા અનુસાર કરતા જાઓ, એટલે કે જ્યાં સુધી પ્રથમ ના થઈ જાય, ત્યાં સુધી બીજા પર ના જાઓ.

હવે આવીએ દ્વિતીય શ્રેણી પર. જેને હું ''II'' (ડબલ આઈ) અક્ષરથી ચિહ્નિત કરવા ઈચ્છીશ. આ એવા કાર્ય છે, જેમને તમે અત્યારે ના પણ કરો, તો પણ ચાલશે કેમ કે એને કરવા કે ના કરવાથી તમારા ભવિષ્ય પર કોઈ ફરક નથી પડતો. એને ઉપરની સૂચીની જેમ પ્રાથમિકતા અનુસાર 'II''ની આગળ ૧, ૨, ૩ લખી લો.

એક ત્રીજી શ્રેણી, જેમાં હું ''U'' અક્ષરથી ચિહ્નિત કરવા ઈચ્છીશ. એને મેં અંગ્રેજી શબ્દ અરજન્ટ/urgentથી લીધો છે. આ એવા કાર્ય છે, જેને અત્યારે દરેક સ્થિતિમાં ફરજિયાત કરવાના જ છે અને એને અત્યારે ના કરવા પર વધારે દુષ્પરિણામ ભોગવવા પડી શકે છે, જેમ પોતાના બાળકને ડૉક્ટરના ત્યાં લઈ જવું, અંતિમ તારીખથી પહેલાં બિલોની ચૂકવણી કરવી, ગાડીમાં ઈંધણ ભરાવવું વગેરે.

એક ચોથી શ્રેણી જેને હું ''D'' અક્ષરથી ચિહ્નિત કરવા ઈચ્છીશ. એને મેં અંગ્રેજી શબ્દ ડેલીગેટ/delegateથી લીધો છે. આ એવા કાર્ય, જેમને તમે કોઈ અન્યને કરવા માટે સોંપી શકો છો, તેવા છે. એના વિશે મેં અધ્યાય-૮માં લખ્યું છે - ''જે કાર્ય સોયથી થઈ શકતું હોય, એના માટે તલવારનો પ્રયોગ કેમ?''

ઉદાહરણ માટે એક સૂચી

ફિટ રહેવા માટે જિમ જવું - **I-1**
મોબાઇલ રિચાર્જ કરવાની આજે છેલ્લી તારીખ - **U-2**
ફિલ્મ જોવા જવું - **II-1**
દવાઓ ખાવી - **U-1**
પુસ્તકો લખવી - **I-2**
બજારથી સામાન મંગાવવો - **D-2**
બેંકમાં પૈસા જમા કરાવવા - **D-1**
હરવા-ફરવા બહાર જવું - **II-2**

ઉપરની આ સૂચીમાં મારા **I** કાર્ય છે ફિટ રહેવા માટે જિમ જવું અને પુસ્તકો લખવી, જેમાંથી ફિટ રહેવા માટે જિમ જવાના કાર્યને મેં **I-1**નો દરજ્જો આથી આપ્યો છે, કેમ કે મારું સ્વાસ્થ્ય સારું રહેશે, તો હું વધારે એકાગ્રતાની સાથે

પુસ્તકો લખી શકું છું (પુસ્તકો લખવી **I-2**) તેમજ અન્ય કામ કરી શકું છું.

Urgent કાર્ય જેને **U**થી ચિહ્નિત કર્યા છે. આ એવા કાર્ય છે, જેમને ટાળી નથી શકાતા. આ ઉદાહરણમાં **U-1** છે દવા ખાવી અને **U-2** છે મોબાઇલ રિચાર્જ કરાવવો, કેમ કે જો મોબાઇલ આપણે થોડી વાર પછી રિચાર્જ કરાવી લઈએ, તો આપણને વધારે મુશ્કેલી નહીં થાય, પણ જો આપણે સમય પર દવા ના ખાઈએ, તો આપણને સમસ્યા થઈ શકે છે.

એવા કાર્ય, જેમને આપણે બીજાઓને હસ્તાંતરિત/ delegate કરી શકીએ છીએ, એમને આપણે **D**થી ચિહ્નિત કરીશું. અહીંયા આપણે બેંકમાં પૈસા જમા કરવાના કાર્યને મહત્ત્વતા આપી છે આથી, એને **D-1**થી ચિહ્નિત કર્યું, કેમ કે બેંકના કામ કરવાનો એક નિશ્ચિત સમય હોય છે, જ્યારે બજારમાંથી સામાન કેટલાય સ્થાનો પરથી ઉપલબ્ધ થઈ શકે છે, આથી એને **D-2**નો દરજ્જો આપ્યો છે.

ફિલ્મ જોવા જવું કે હરવા-ફરવા જવા કે ન જવાથી કોઈ વધારે ફરક નથી પડતો. આથી એને **II** શ્રેણીમાં વિભાજિત કરવામાં આવ્યું. કેમ કે, ફિલ્મ લાગે છે અને થોડા સમય પછી હટી જાય છે. આથી એને **II-1**ની શ્રેણીમાં રાખ્યું. જ્યારે હરવા-ફરવા આપણે ક્યારેય પણ જઈ શકીએ છીએ, આથી આ કાર્યને **II-2**ની શ્રેણીમાં રાખ્યું છે.

અધ્યાય - ૬

યોજના અને તૈયારી સૌથી પહેલા

"સફળતાની પરિભાષા ખૂબ જ સરળ છે, જે યોગ્ય હોય એને યોગ્ય રીતથી અને યોગ્ય સમય પર કરો.' : અર્નોલ્ડ એચ ગ્લાસો

મેં અનુભવ્યું છે કે, આત્મવિશ્વાસ વધારવાની સૌથી સારી રીત છે- તૈયારી કરવી. તમે ઓલિમ્પિક ખેલ તો અવશ્ય જોયા હશે. આ ચાર વર્ષમાં એકવાર આયોજિત થાય છે. અલગ-અલગ ખેલો સાથે જોડાયેલા, વિશ્વના લગભગ બધા મુખ્ય દેશોના ખેલાડીઓ એમાં ભાગ લે છે.

ઓલિમ્પિકના મોટાભાગના ખેલોમાં ૪ વર્ષ પછી, ખેલાડીને પ્રદર્શન કરવા માટે, થોડી જ મિનિટનો સમય મળે છે અને એમાં એ જ ખેલાડીના જીતવાની સૌથી વધારે સંભાવના હોય છે, જેણે સૌથી સારી તૈયારી કરી છે.

ભલે તમે વિદ્યાર્થી હો કે ખેલાડી હો અથવા વ્યવસાયી હો કે તમે કોઈપણ કામ કરતા હો, મેં અનુભવ્યું છે કે, જ્યારે તમે કોઈ કામને કરવાથી પહેલાં જ એની પૂર્વ યોજના બનાવી લો છો, તો સમયનો એક ખૂબ જ મોટો હિસ્સો બચાવી લો છો.

ડૉક્ટર ઑપરેશન કરવાથી પહેલાં તૈયારી કરી લે છે, જેમ કે જરૂરી દવાઓ અને સાધનો સાથે રાખે જ છે. સાથે-સાથે એમની સાથે અનેક સહયોગી પણ

રહે છે, જે દરેક પ્રકારની પરિસ્થિતિમાં ડૉક્ટરનો સહયોગ કરી શકે. તમે પણ ડૉક્ટરની જેમ સમજદારી બતાવો અને કામ કરવાથી પહેલા જે વસ્તુઓની પણ તમને જરૂર છે, એમને પહેલાથી જ પોતાની પાસે રાખી લો.

ભલે હું છું કે તમે, આપણે બધા જ્યારે પણ શહેરથી બહાર નીકળીએ છીએ, તો પૂરી યોજના બનાવી લઈએ છીએ કે ક્યાં જવાનું છે? કેટલા દિવસ માટે જવાનું છે? શું આપણા કપડાં તૈયાર છે? શું આપણે પૈસા રાખી લીધા? શું સૂટકેસમાં બધી જરૂરિયાતની વસ્તુઓ રાખી લીધી? વગેરે જેવા પ્રશ્નો વિશે આપણે પહેલાંથી જ વિચારી લઈએ છીએ, કેમ કે આપણી તૈયારી પર જ આપણી યાત્રાની સફળતા નિર્ભર કરે છે અને બિલકુલ એ જ રીતે, આપણી જીવનની યાત્રાની સફળતા પણ આપણી તૈયારીઓ પર નિર્ભર કરે છે. ઘણા બધા લોકો એ તર્ક આપે છે કે, એમને આગળનો રસ્તો નજરે નથી પડી રહ્યો, તો મારો અભિપ્રાય એ લોકોથી એ હશે કે, જેટલું પણ નજરે પડી રહ્યું હોય, ત્યાં સુધી ચાલો, આગળનો રસ્તો તમને આપમેળે નજરે પડવા લાગશે. જો આપણે પોતાની યાત્રાઓ માટે યોજનાઓ બનાવી લેવામાં સક્ષમ છીએ, તો પછી આપણે પોતાના જીવન માટે યોજના કેમ નથી બનાવતા! એક શિલ્પકાર, જે રીતે મૂર્તિને આકાર આપે છે, એ જ રીતે તમે પણ પોતાની યોજનાને સાકાર કરો. જરૂર પડવા પર યોજનાને પરિસ્થિતિ અનુસાર થોડી બદલી શકાય છે, યોજના બનાવવામાં સૌથી સારી વાત એ હોય છે કે, તમે યોજના બનાવતા જ વિચારવાનું શરૂ કરી દો છો. યોજનાઓ બનાવો, કેમ કે કોઈ બીજો આવીને તમારી સમસ્યા દૂર નથી કરવાનો.

સમય પ્રબંધન સાથે જોડાયેલી અમલ યોગ્ય ઉપયોગી વાતો :

* યાત્રાની યોજના બનાવવાની જેમ જ પોતાના જીવનની પણ યોજના બનાવો, તમે ૧ વર્ષમાં શું-શું પ્રાપ્ત કરવા ઇચ્છો છો. એ જ પ્રકારે પોતાના જીવનના આગલા ૨, ૫ તેમજ ૧૦ વર્ષની યોજના પણ બનાવો.
* જ્યારે પણ કોઈ કામ કરવાનું હોય, તો એ કામને કરવા માટે બધા જરૂરી સામાનને પોતાની પાસે, પહેલાં જ રાખી લો.

અધ્યાય - ૭

કાર્યોને પ્રાથમિકતા અનુસાર વહેંચો અને પછી ક્રમ અનુસાર ક્રિયાન્વિત કરો

"ભવિષ્ય વિશે સૌથી સારી વાત એ છે કે, એ માત્ર એક-એક દિવસ કરીને આવે છે.' : અબ્રાહમ લિંકન

એક ડૉક્ટર ઑપરેશન કરી રહ્યા છે ત્યારે જ એમને એક ફોનની રિંગ સંભળાય છે અને તે ફોનની રિંગ એમના જ ફોનની હતી. તમને શું લાગે છે કે, તેઓ ફોન ઉઠાવશે કે દર્દીનું ઑપરેશન કરશે.

એક નવજાત બાળકની માતા એ નથી કહી શકતી કે, મારી પાસે એ બાળક માટે અત્યારે સમય નથી, મારે બીજા પણ જરૂરી કામ કરવાના છે, હું આ બાળકને પછી સંભાળીશ.

જેમ કે તમે સમજી શકો છો કે, દરેક કામની પોતાની પ્રાથમિકતા હોય છે અને જે માણસ એ પ્રાથમિકતાને અને એ પ્રાથમિકતાના ક્રમને સમજી ગયો, એ જ માણસ આ જીવનમાં સફળ છે.

જ્યારે જીવનમાં તમારી પ્રાથમિકતા સ્પષ્ટ હોય તો ના માત્ર નિર્ણય લેવા સરળ થઈ જાય છે, બલ્કે જીવન જીવવું પણ ખૂબ જ સરળ થઈ જાય છે.

ઉદાહરણ માટે આપણા એક સરજી છે, જેમણે હંમેશાં જ સન્માનને પોતાની સર્વોચ્ચ પ્રાથમિકતા રાખી. એમના માટે પૈસા અને અન્ય વસ્તુઓ એટલું મહત્ત્વ ના રાખતી, જેટલું કે સન્માન રાખે છે. જો ક્યારેય જીવનમાં એમને એ નિર્ણય લેવાનો હોય કે, એમને પૈસા જોઈએ, પદ કે સન્માન, તો તેઓ નિશ્ચિત રૂપથી સન્માનને પસંદ કરશે. એવા જ અમારા એક ખાસ મિત્ર છે, જેમને જો તમે પૂછો કે, તમારા જીવનમાં શું મહત્ત્વપૂર્ણ છે? તો એમનો જવાબ હશે, કારકિર્દી. કેમ કે બાળપણથી જ એમણે એક વિશેષ ક્ષેત્રમાં કારકિર્દી બનાવવાનું સપનું જોયું હતું અને એના પછી તેઓ અન્ય કોઈ વિકલ્પને પસંદ કરશે. તમારા માટે પ્રાથમિકતાનો ક્રમ શું છે? તમે કોને પહેલા પસંદ કરશો- પૈસા, પદ, પરિવાર, સન્માન વગેરેમાંથી. જો તમારે કોઈ એકને પસંદ કરવા હોય, તો તમે કોને પસંદ કરશો?

હવે આગળ વધીએ, આપણા માટે એ જાણવું સૌથી મહત્ત્વપૂર્ણ છે કે, આપણે જે કાર્ય કરવા જઈ રહ્યા છીએ, એનું આપણા ભવિષ્ય પર શું પરિણામ પડી શકે છે. સરળ શબ્દોમાં એનાથી આપણને શું પરિણામ પ્રાપ્ત થશે. જે પણ પરિણામ આપણે ઇચ્છીએ છીએ, જ્યારે એ સ્પષ્ટ થઈ જાય કે, આપણે ''શું'' પરિણામ ઇચ્છીએ છીએ અને ''કેમ'' ઇચ્છીએ છીએ, એના પછી આપણે ''કેવી રીતે''નું નિર્ધારણ કરવું પડશે કે, એ પરિણામને પ્રાપ્ત કરવા માટે કયા કાર્ય અને કઈ ગતિવિધિઓ કરવી પડશે.

ઉદાહરણ માટે આ પુસ્તકને જ લઈ શકો છો ''રાજલનીતિ ટાઇમ મેનેજમેન્ટ.''

હું કયા પરિણામ ઇચ્છું છું : હું ''રાજલનીતિ ટાઇમ મેનેજમેન્ટ'' લખવા ઇચ્છું છું.

હું ''રાજલનીતિ ટાઇમ મેનેજમેન્ટ'' કેમ લખવા ઇચ્છું છું? જેથી હું સમય પ્રબંધનના વિષયમાં મુશ્કેલથી શીખેલા પોતાના અનુભવને અન્ય લોકોની સાથે વહેંચી શકું, જેથી તેઓ ઓછા સમયમાં ઉત્તમ અને ઇચ્છિત પરિણામ પ્રાપ્ત કરી શકે.

હું આ પુસ્તક કેવી રીતે લખું? : રાત્રે ૮ વાગ્યાથી ૧૦ વાગ્યા સુધી હું સમય

પ્રબંધન સાથે જોડાયેલી મહત્ત્વપૂર્ણ વાતો લખું. જ્યારે હું સંતુષ્ટ થઈ જાઉં કે, મેં પર્યાપ્ત માત્રામાં લખી લીધું છે, તો એના પછી પુસ્તકની ફાઇનલ પ્રૂફ રીડિંગ કરું અને ત્યારે છપાવાની પ્રક્રિયાને આગળ વધારું.

કામ કરવાની રીત જેટલી મહત્ત્વપૂર્ણ છે, એનાથી વધારે મહત્ત્વપૂર્ણ છે કે, તમે અંતિમ ઇચ્છિત પરિણામ પણ પ્રાપ્ત કરો.

સમય પ્રબંધન સાથે જોડાયેલી અમલ યોગ્ય ઉપયોગી વાતો :

- ✶ પોતાની પ્રાથમિકતા સ્પષ્ટ રૂપથી નક્કી કરો, તમારા માટે સૌથી વધારે મહત્ત્વપૂર્ણ શું છે?
- ✶ પરિવાર, ધન, સ્વાસ્થ્ય, સન્માનને પોતાના જીવનમાં પ્રાથમિકતાના આધાર પર ક્રમમાં લખો. સાથે-સાથે એનું કારણ પણ લખો કે, તમારા માટે આ મહત્ત્વપૂર્ણ કેમ છે?

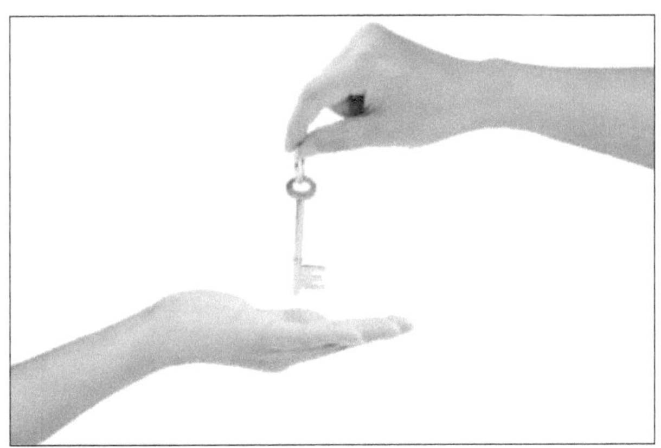

અધ્યાય - ૮

જે કામ સોયથી થઈ શકતું હોય, એના માટે તલવારનો પ્રયોગ કેમ?

"ઘડિયાળ ના જુઓ. બસ એ જ કરો, જે ઘડિયાળ કરે છે એટલે કે આગળ વધો." : સેમ્યુઅલ લેવેનસન

આ ધરતી પર બધાના વિચાર અને બધાના મત અલગ-અલગ છે. કેટલાક લોકો કહે છે કે, માણસ જ ધરતીનું એકમાત્ર પ્રાણી છે, જે દરેક કામ કરી શકે છે. મને આ વાતમાં ખૂબ જ સત્યતા નજરે આવે છે અને આ વાક્યમાં, હું મારા થોડા વિચાર જોડવા ઈચ્છીશ. ''માણસ મોટાભાગના કામ કરી શકે છે અને સારી રીતે કરી શકે છે. જો તે બધા કામ કરવામાં સક્ષમ છે, તો પણ એણે બધા કામ ના કરવા જોઈએ, એણે બસ પોતાનો સર્વાધિક સમય એ જ કાર્યોને કરવામાં લગાવવો જોઈએ, જે એના જીવનના ઉદ્દેશ્ય અને લક્ષ્યો સાથે મેળ ખાતા હોય.''

આ પુસ્તકને જ લઈ લો. કદાચ હું ગુજરાતી ટાઈપિંગ શીખીને આ પુસ્તકને ખુદ જ ટાઈપ કરી શકું છું, પણ જેટલા સમયમાં આ કામ કરીશ, એટલા જ સમયમાં કોઈ બીજી પુસ્તક લખવાનું શરૂ કરી શકું છું. એવી જ રીતે હું પોતાના બગીચામાં ખુદ વૃક્ષોની સાર-સંભાળ રાખી શકું છું, પોતાના કપડાં ખુદ જ ધોઈ શકું છું, એવી જ રીતે અનેક કામ હું ખુદ કરી શકું છું, પણ જો હું આ બધા કાર્યોને ખુદ જ કરીશ, તો મારી પાસે અન્ય એ મહત્ત્વપૂર્ણ કાર્ય કરવા માટે

સમય શેષ નહીં બચે, જેને ફક્ત હું જ કરી શકું છું.

યોગ્ય એ થશે કે, તમારી યોગ્યતા પ્રમાણે આ ઓછા મહત્ત્વપૂર્ણ કાર્યોને કરવા માટે, તમે એ કાર્યોને કરનારાં વિશેષજ્ઞોની મદદ લો. જેમ કે પોતાના બગીચાનું ધ્યાન રાખવા માટે તમે એક માળીને નિયુક્ત કરો, પોતાના કપડાં ધોવા માટે, તમે એક ધોબીની મદદ લો. કોઈ કાર્ય નાનું અને મોટું નથી હોતું આથી આપણે બધા પ્રકારના લોકોનું સન્માન કરવું જોઈએ. અહીંયા ઓછા મહત્ત્વપૂર્ણ કાર્યોથી મારું તાત્પર્ય એવા કાર્યથી છે, જે જીવનના ઉદ્દેશ્યોને પૂરા ના કરતા હોય અને એવા કાર્ય જીવનની પ્રાથમિકતાના ક્રમમાં નીચે આવે છે.

બની શકે છે કે, મારો અભિપ્રાય તમને ખર્ચાળ લાગે, પણ આ ઓછા મહત્ત્વપૂર્ણ કાર્યોને ન કરીને તમે જે સમય બચાવો છો, એ સમયનો સદુપયોગ તમે પોતાની આવક કે યોગ્યતા વધારવામાં ઉપયોગ કરી શકો છો, જેનાથી તમારું ભવિષ્ય ઉજ્જવળ બનશે.

સમય પ્રબંધન સાથે જોડાયેલી અમલ યોગ્ય ઉપયોગી વાતો :

- ✶ Delegation/હસ્તાંતરણ. આપણી પાસે એવા ઘણા કામ હોય છે, જે આપણા સ્થાન પર કોઈ અન્ય કરી શકે છે. આપણે પ્રયાસ કરવો જોઈએ કે, કોઈ એવા માણસને શોધીએ, જે એ કામ આપણા માટે કરી શકતો હોય. આ એક એવો માણસ હોઈ શકે છે, જે આપણી તુલનામાં એ કામને કરવાનો વિશેષજ્ઞ હોય અથવા કોઈ અન્ય સક્ષમ વ્યક્તિને એ કાર્ય કરવા માટે સોંપી શકો છો અને એમને ઉચિત પારિશ્રમિક આપી શકો છો. પ્રયાસ કરો, વધારેમાં વધારે એવા કામ બીજાઓને સોંપી દેવામાં આવે, જેથી તમારી પાસે મહત્ત્વપૂર્ણ તેમજ કિંમતી કામોને કરવા માટે વધારેમાં વધારે સમય રહે.
- ✶ Delegation/હસ્તાંતરણ માટે સૌથી મહત્ત્વપૂર્ણ છે સ્પષ્ટતા. એ ક્યારેય ના માનો કે, કામ થઈ જશે. તમારે સમય-સમય પર વસ્તુઓને ચેક કરવી પડશે. એને ફરીથી તપાસવી પડશે અને યોગ્ય થશે કે, તમે બધા દિશા-નિર્દેશ પહેલાથી જ લખીને આપી દો કે, તમે શું પરિણામ ઇચ્છો છો અને જ્યારે કામ તમારી અપેક્ષા અનુકૂળ ના હોય, ત્યારે એમને તત્કાળ જ યોગ્ય માર્ગદર્શન આપો.

અધ્યાય - ૯

પ્રત્યેક વસ્તુને રાખો એક નિશ્ચિત સ્થાન પર

"એક માણસ જે પોતાના એક કલાકને બરબાદ કરી શકે છે, તેણે પોતાના જીવનના મહત્ત્વને જ ના સમજ્યું" : ચાર્લ્સ ડાર્વિન

કદાચ હું પણ એ લાખો-કરોડો માણસોમાંથી એક છું, જેમણે કોઈ કાગળને, કોઈ સામાનને શોધવામાં પોતાના કલાકોનો કિંમતી સમય બરબાદ કર્યો છે અને એના પછી પણ કેટલીય વાર મને સફળતા મળી, તો કેટલીયવાર સફળતા ના મળી. હવે આટલા વર્ષો પછી મેં અનુભવ્યું છે કે, કોઈ કાગળની જરૂર તમને ક્યારેય ના પડવાની હોય, એને તુરંત જ ફાડીને ફેંકી દેવો જોઈએ અને જે કાગળોની જરૂર ભવિષ્યમાં પડવાની છે, એને એક ફાઈલમાં લગાવી લો. શિક્ષણ સાથે જોડાયેલા કાગળો માટે એક અલગ ફાઈલ બનાવો, જેમાં શિક્ષણ સાથે જોડાયેલી માર્કશીટ્સ, સર્ટિફિકેટ, પહોંચ વગેરે રાખો. એવી જ રીતે વ્યવસાયી વર્ગના લોકો હિસાબ-કિતાબ માટે અલગ-અલગ ફાઈલ બનાવે.

આમ કરવાથી ના માત્ર તમારો સમય બચશે, બલ્કે તમારા પૈસા પણ બચશે. અનેક વખત સમય પર કાગળ ન મળવા પર આપણે લેટ ફીસ કે અન્ય દંડનો સામનો કરવો પડે છે અને જો સામાનોની વાત કરવામાં આવે, તો કેટલીય

વાર સામાન ન મળવા પર આપણે નવો સામાન ખરીદી લઈએ છીએ, પરંતુ થોડા દિવસ પછી આપણને એ સામાન ફરીથી દેખાઈ જાય છે, જે આપણે થોડા દિવસ પહેલાં ખરીદ્યો હતો. એના પછી આપણને અફસોસ થાય છે કે, આપણે પૈસા વ્યર્થમાં જ બરબાદ કરી દીધા. (કેમ કે આપણે સામાનને એક નિશ્ચિત સ્થાન પર રાખ્યો ન હતો, આથી આપણને આટલી સમસ્યા થઈ.) સામાનને એક નિશ્ચિત જગ્યા પર રાખવા અને એનો લાભ ઉઠાવનારાઓમાંથી સૌથી સારું ઉદાહરણ આપણને સ્પેન્સર, બિગ બજાર વગેરે જેવા સુપરસ્ટોરમાં જોવા મળે છે, જ્યાં હજારો પ્રકારના ઉત્પાદન સુવ્યવસ્થિત રૂપથી રાખેલા હોય છે.

એક સારી અદત અપનાવો અને ના માત્ર કાગળોને બલ્કે પોતાના દૈનિક જીવનના અન્ય જરૂરી સામાનોને રાખવા માટે એક નિશ્ચિત સ્થાન બનાવો, જેના પરિણામસ્વરૂપ તમારું જીવન સરળ થઈ જશે.

સમય પ્રબંધન સાથે જોડાયેલી અમલ યોગ્ય ઉપયોગી વાતો :

* સ્પેન્સર, બિગ બજાર જેવા કેટલાય મોટા સુપરસ્ટોરને જુઓ કે, કઈ રીતે અસંખ્ય પ્રકારના સામાનોને ત્યાં રાખવામાં આવે છે. કલ્પના કરો, જો સામાનોને એ પ્રકારે નિશ્ચિત સ્થાન પર ના રાખવામાં આવે, તો શું સ્ટોરનું પ્રબંધન કરી શકાશે?
* આજથી જ એક નવી આદત બનાવી લો. જ્યારે પણ તમને કોઈ બિનજરૂરી કાગળ મળે, તો એને તુરંત જ ફાડીને ફેંકી દો.

અધ્યાય - ૧૦

હાર્ડ વર્ક (કઠોર પરિશ્રમ) સારું છે, પરંતુ સ્માર્ટ વર્ક (સમજદારીથી કરવામાં આવેલું કામ) વધારે સારું છે

"તમારા ભવિષ્યના રહસ્ય તમારા પ્રતિદિવસની આદતોમાં છુપાયેલા છે" : માઈક મરડૌક

એક સમયની વાત છે, એક શેરીમાં બે કઠિયારા રહેતા હતા. બંને પોતાની આજીવિકા ચલાવવા માટે લાકડીઓ કાપ્યા કરતા હતા. આ બે કઠિયારામાંથી એક હંમેશાં વધારે લાકડીઓ કાપતો હતો. એના પર બીજા કઠિયારાએ વિચાર્યું કે, તે હવે લાકડીઓ કાપવામાં વધારે સમય આપશે, એનાથી તે વધારે માત્રામાં લાકડીઓ કાપી શકશે અને લાકડી કાપવાના મામલામાં પહેલા કઠિયારાથી આગળ નીકળી જશે. પહેલા એણે કામમાં એક કલાકને વધાર્યો, છતાં પણ પહેલા કઠિયારાથી પાછળ જ રહ્યો. હવે એણે પોતાના કામમાં બે કલાક વધાર્યા, પણ પહેલા કઠિયારા કરતાં વધારે તો શું, તે જેટલી લાકડીઓ પહેલા કાપતો હતો, હવે એનાથી પણ ઓછી લાકડીઓ કાપી રહ્યો હતો. તે નિરાશ થઈ ગયો. તેણે નિશ્ચય કર્યો કે, તે પહેલાવાળા કઠિયારાને પૂછશે કે, તે એવો કયો

ચમત્કાર કરી લે છે? બીજા દિવસે સવારે તે પહેલાવાળા કઠિયારાની સામે પોતાનો પ્રશ્ન રાખે છે. એના પર પહેલો કઠિયારો બતાવે છે કે, બે કલાક સતત લાકડીઓ કાપ્યા પછી તે રોકાય છે અને આગળની ૩૦ મિનિટ તે પોતાની કુહાડીની ધાર તેજ કરવામાં લગાવે છે, કેમ કે જેમ-જેમ તે લાકડીઓ કાપતો જાય છે, તેમ-તેમ કુહાડીની ધાર પણ ઓછી થતી જાય છે. જો તે પોતાનું કામ એ જ કુહાડીથી જારી રાખશે, તો એક સમય એવો પણ આવશે, જ્યારે તે એક પણ લાકડી નહીં કાપી શકે.

પહેલો કઠિયારો સ્માર્ટ વર્ક (સમજદારીપૂર્વક કરવામાં આવેલું કામ) કરી રહ્યો હતો, જ્યારે બીજો કઠિયારો માત્ર હાર્ડ વર્ક (મહેનતથી કરવામાં આવેલું કામ)માં જ વિશ્વાસ કરી રહ્યો હતો અને પરિણામ તમારી સામે છે. શોધથી એ બહાર આવ્યું છે કે, જો તમે કોઈ કામની સારી રીતે યોજના બનાવી લો (પ્લાનિંગ કરી લો), તો તમે લગભગ પોતાનો ૯૦ ટકા સુધીનો સમય બચાવી શકો છો. એવી જ રીતે જો તમે પોતાના કામમાં વિશેષજ્ઞોની સલાહ લો, તો પણ તમે તમારો ખૂબ વધારે સમય બચાવી શકો છો. સરળ શબ્દોમાં કહેવામાં આવે, તો આપણે માત્ર એ જ કાર્યોને કરવા પર ભાર આપવો જોઈએ, જે કાર્યોમાં આપણે નિપુણ હોઈએ અને જે આપણા ભવિષ્ય પર સકારાત્મક અસર કરતા હોય. તમે અન્ય કાર્યો માટે વિશેષજ્ઞોની મદદ લો, જે સૌથી વધારે યોગ્ય રહેશે. ઉદાહરણ તરીકે, જો તમે એક વ્યવસાયી છો, તો તમારું મુખ્ય કામ પોતાના વ્યવસાય સાથે સંબંધિત ઝીણવટતાઓને જાણવાનું છે. એ વેપારમાં, કેવી રીતે તમે ગ્રાહકોને સારી અને ઉત્તમ સેવા પ્રદાન કરશો, સાથે-સાથે એ પણ પ્રયાસ કરવો પડશે કે, પોતાના લાભની ટકાવારીને પણ વધારવામાં આવે. તમારો વધારેમાં વધારે સમય આ જ કાર્યોને કરવામાં અને વિચારવામાં લગાવવો જોઈએ. તમારે અન્ય કાર્ય, જેમ કે કાર ચલાવવા માટે તમે એક ડ્રાઈવરની સેવા લઈ શકો છો, તમારી કાનૂન સંબંધી સમસ્યાઓ માટે તમે કોઈ સારા અધિવક્તાની સેવાઓ લઈ શકો છો. આજના આધુનિક સમાજમાં દરેક પ્રકારના વિશેષજ્ઞ ઉપલબ્ધ છે, જરૂર માત્ર એટલી છે કે, તમે પોતાની વિશેષજ્ઞતા પર ધ્યાન આપો અને બાકી કાર્યોમાં એ ક્ષેત્રો સાથે જોડાયેલા વિશેષજ્ઞોની મદદ લો.

સમય પ્રબંધન સાથે જોડાયેલી અમલ યોગ્ય ઉપયોગી વાતો :

* ધ્યાન આપો કે, એવું કયું કામ છે, જેના પર તમે સમય તો ખૂબ વધારે આપી રહ્યા છો, સાથે-સાથે ખૂબ વધારે મહેનત પણ કરી રહ્યા છો પણ તમને મળવાના પરિણામ ઘટતા જઈ રહ્યા છે. શું કોઈ અન્ય પણ છે, જે એ કામને તમારા કરતાં વધારે સારી રીતે અને તમારા કરતાં ઓછા સમયમાં કરી રહ્યો છે, તમે પણ એ રીત શીખો અને એના પર અમલ કરો.
* એવું કયું કામ છે, જો તમને ફરીથી અવસર મળે, તો તમે એને શરૂ જ નથી કરતા, એ કામને ઓળખો અને જો એ કામ તમારા માટે વધારે મહત્ત્વ ના રાખતું હોય, તો એને બંધ કરી દો.

અધ્યાય - ૧૧

વીતી ગયેલી કાલ અને આવતીકાલ બંને પર આપણું નિયંત્રણ નથી, આપણું નિયંત્રણ માત્ર આજ પર છે

"પાછળ ના જુઓ અને ભવિષ્યનું સપનું પણ ના જુઓ. એનાથી ના તો વીતી ગયેલો સમય પાછો મળશે અને ના તો તમારા સપના પૂરા થશે. તમારું કર્તવ્ય, તમારો પુરસ્કાર અને તમારું ભાગ્ય વર્તમાન ક્ષણમાં ઉપસ્થિત છે." : ડૈગ હૈમરસ્કોલ્ડ

કેટલું સારું થતું, જો આપણે વીતેલા સમયમાં પાછા જઈ શકતા અને પોતાના દ્વારા કરેલી ભૂલોને સુધારી શકતા અને એ પણ કેટલું સારું થતું કે, આપણે આવનારા સમયમાં પહેલાથી જ પહોંચી જતા અને બધું જ અન્ય લોકો કરતાં પહેલા જ કરી દેતા!

શું આવું સંભવ છે? બિલકુલ પણ ''નહીં''.

આ સંસારમાં પ્રભુએ દરેક પ્રકારના માણસ બનાવ્યા. કેટલાક કાળા, કેટલાક ગોરા, કેટલાક લાંબા, કેટલાક ઠીંગણા વગેરે. પણ આ બધાને પ્રભુએ દિવસમાં ૨૪ કલાકનો જ સમય આપ્યો, હવે આ એમની ઉપર છે કે, આ સમયનો, એ દિવસનો સદુપયોગ કરે અથવા એને એમ જ બેકાર ચાલી જવા દે. આપણે એ

નિર્ણય લેવાનો છે કે, એ એક દિવસની એ ૧૪૪૦ મિનિટોનું આપણે શું કરીશું?

ન્યૂટનના એક સિદ્ધાંત પ્રમાણે, જ્યારે પણ કોઈ વસ્તુ ગતિમાં રહે છે, તે ગતિમાં જળવાઈ રહે છે અને જો કોઈ વસ્તુ એક નિષ્ક્રિય અવસ્થામાં છે, તો તે નિષ્ક્રિય અવસ્થામાં જ બની રહેશે, જ્યાં સુધી કે એના પર કોઈ બાહ્ય બળ ન લગાવવામાં આવે. મેં અનુભવ્યું છે કે, ન્યૂટનનો આ સિદ્ધાંત માત્ર વસ્તુઓ પર જ નહીં, બલ્કે માણસ દ્વારા કરવામાં આવતા કાર્યો પર પણ એટલો જ અસરકારક છે, જે આપણી સૌથી સામાન્ય સમસ્યામાં નજરે પડે છે કે, જ્યારે પણ આપણે કોઈ કામ કરવાનું શરૂ કરીએ છીએ, તો એ કામમાં આપણું મન નથી લાગતું અને એ જ કારણે આપણી એકાગ્રતા પણ નથી બની શકતી. રાલ્ફ વાલ્ડો ઈમરસને કહ્યું છે કે, કાર્ય શરૂ કરો અને તમને કાર્ય કરવાની ઊર્જા આપમેળે મળી જશે.

અનેકવાર આપણે માત્ર એ વિચારીને કામ કરવાનું શરૂ નથી કરતા કે, ક્યાંક અધવચ્ચે કોઈ મુશ્કેલી ના આવી જાય. જ્યારે આપણે ઘેરથી ક્યાંક જવા નીકળીએ છીએ, તો આપણે એ આશા નથી કરી શકતા કે, રસ્તામાં મળનારાં બધા ટ્રાફિક સિગ્નલની બત્તીઓ લીલી જ હોય. જ્યારે આપણે ત્યાં સુધીનું અંતર કાપીએ છીએ, ત્યારે જ આપણને ખબર પડે છે કે, ટ્રાફિક સિગ્નલ લીલું હતું કે નહીં અને જો એ લીલું નથી, તો આપણે થોડીવાર એ લીલું થાય ત્યાં સુધી રાહ જોઈએ છીએ અને પછી પોતાની મંજિલ તરફ આગળ વધીએ છીએ.

મેં ક્યાંક વાંચ્યું હતું કે, જ્યારે તમારું કામ કરવામાં મન ના લાગે, તો મશીનો પાસેથી પ્રેરણા લો અને મશીન બની જાઓ. પોતાના લક્ષ્યની દિશામાં આગળ વધવા માટે તમે જે પણ કરી શકો છે, કરો. માત્ર એક દિવસ નહીં, બલ્કે દરેક દિવસે.

શું તમે ક્યારેય કોઈ મશીનને એ કહેતા જોયું છે કે, મારું આ કામમાં મન નથી લાગી રહ્યું અથવા મને કંટાળો આવી રહ્યો છે કે મારો મૂડ નથી વગેરે?

મશીન એવા કોઈ પણ બહાના નથી કરતું, આથી એની ઉત્પાદકતા વધારે હોય છે.

તો જ્યારે પણ કોઈ કાર્યને કરવામાં મન ના લાગે, ત્યારે મશીન બની જાઓ અને પોતાનું કામ શરૂ કરો અને એને કરતા રહો. આ રીતે ના માત્ર તમારી ઉત્પાદકતા વધી જશે, બલ્કે તમે તમારા ૨૪ કલાકનો સર્વોત્તમ લાભ ઉઠાવી શકશો. નાઈક કંપનીની વિજ્ઞાપનના સ્લોગનને ના ભૂલો ''**Just do it**'' એટલે કે, એને બસ કરી દો.

સમય પ્રબંધન સાથે જોડાયેલી અમલ યોગ્ય ઉપયોગી વાતો :

★ એક સવાલ, જે તમારી મદદ કરી શકે છે- ''મારા સમયનો સૌથી મૂલ્યવાન ઉપયોગ શું છે?'' આ સવાલનો જવાબ આપણા માટે એ સ્પષ્ટ કરશે કે, આપણા સમયનો સૌથી મૂલ્યવાન ઉપયોગ શું છે? કેમ કે, આપણે એક સમયમાં માત્ર એક જ કામ કરી શકીએ છીએ. ઈમરસનનું આ વાક્ય યાદ રાખો- ''કાર્ય શરૂ કરો અને તમને કાર્ય કરવાની ઊર્જા આપમેળે મળી જશે'' અને મશીનો પાસેથી પ્રેરણા લો અને બહાના છોડીને કામમાં લાગી જાઓ.

અધ્યાય - ૧૨

ફાલતૂ વિચારોને દિમાગમાંથી બહાર કાઢી નાંખો અને સમય બચાવો

"રોકાઓ નહીં, કેમ કે કોઈપણ કામ કરવા માટે સૌથી સાચો સમય ક્યારેય પણ નહીં હોય.": નેપોલિયન હિલ

એક દેશમાં એક સર્વેક્ષણ થયું, સર્વેક્ષણનો વિષય હતો "લોકોના દિમાગમાં આવતા નકારાત્મક વિચારોના પરિણામ." આ સર્વેક્ષણમાં લગભગ ૧૦૦૦ લોકોને સામેલ કરવામાં આવ્યા અને આ સર્વેક્ષણના પરિણામ ચોંકાવનારા હતા.

એ નકારાત્મક વિચારો/કલ્પનાઓમાંથી ૮૫ ટકા કોઈપણ ઘટના ક્યારેય ઘટિત જ ના થઈ. ૮ ટકા ઘટનાઓ એવી ઘટિત થઈ, જેમને સમજદારીપૂર્વક પ્રતિક્રિયા કરવા પર રોકી કે બદલી શકાતી હતી. ૭ ટકા ઘટનાઓ એવી હતી, જેમના પર મનુષ્યનું કોઈ નિયંત્રણ ન હતું.

જો આપણે આ સર્વેક્ષણને ધ્યાનથી સમજીએ, તો આપણે અનુભવીશું કે, ૧૦૦૦માંથી ૮૫૦ વાર એવી નકારાત્મક ઘટનાઓ થશે જ નહીં, જેમની આપણે કલ્પના કરી રહ્યા છીએ. સરળ શબ્દોમાં આપણા સફળ થવાની સંભાવના

ખૂબ વધારે છે, પણ એ ડરના કારણે કે- ક્યાંક આપણે અસફળ ના થઈ જઈએ? આપણે કાર્ય કરવાનું શરૂ જ નથી કરતા અને પોતાનો ઘણો બધો સમય ચિંતા કરવામાં નષ્ટ કરી દઈએ છીએ.

આ સમસ્યાનું સૌથી સારું સમાધાન ભગવદ્ ગીતામાંથી મળેલો આ ઉપદેશ છે : ''કર્મ કર, ફળની અપેક્ષા ના કર.''

કર્મ કરવાનો અર્થ અહીંયા પોતાના નાના-મોટા પ્રયાસોથી નથી, બલ્કે પોતાનો સર્વોત્તમ અને પોતાનો સૌથી સાર્થક પ્રયાસ છે, જેમાં તમે એકાગ્રતાની સાથે પોતાનું બધું જ લગાવી દો છો. બિલકુલ એ રાજાની જેમ, જેણે નદી કિનારે પહોંચવા પર પોતાની સેનાને નાવ સળગાવવાના આદેશ આપ્યા, જેનાથી એની સેનાના મનમાં મેદાન છોડવાનો વિકલ્પ જ સમાપ્ત થઈ જાય અને બધાની નજર માત્ર અને માત્ર વિજય પર હોય.

સમય પ્રબંધન સાથે જોડાયેલી અમલ યોગ્ય ઉપયોગી વાતો :

* જો તમે વધારે કમાવવા ઇચ્છો છો, તો તમારે વધારે શીખવું પણ પડશે. પ્રત્યેક ૫-૭ વર્ષોમાં જાણકારી બમણી થતી જઈ રહી છે. આ ગતિને જાળવી રાખવા માટે તમારે ન્યૂનતમ પ્રતિદિવસ ૧ કલાકનો અભ્યાસ કરવો પડશે અને યોગ્ય એ થશે કે, તમે જે ક્ષેત્ર સાથે જોડાયેલા છો, એ ક્ષેત્રમાં અભ્યાસ કરો.

* કેટલીય વાર આપણે એવા સામાન, જેમ કે- લેપટૉપ, ટીવી વગેરે ખરીદી લઈએ છીએ, જેમના સર્વિસ સેન્ટર આપણા શહેરમાં નથી હોતા અને એ સામાનોને રિપેર કરાવવા માટે આપણે એને બીજા શહેરમાં મોકલવા પડે છે, જેનાથી આપણો સમય બરબાદ થાય છે. યોગ્ય એ થશે કે, આપણે એ જ સામાન ખરીદીએ, જેમના સર્વિસ સેન્ટર આપણા પોતાના શહેરમાં હોય.

અધ્યાય - ૧૩

જો ટાળવા જ છે, તો ઓછા મહત્ત્વપૂર્ણ કાર્યોને ટાળો

"સમયની કમી નથી પણ સાચી દિશાનો અભાવ સૌથી મોટી સમસ્યા છે, કેમ કે આપણા બધાની પાસે દિવસમાં ૨૪ કલાક જ હોય છે": જિગ જિગલર

કદાચ આ ધરતી પરના સૌથી દુ:ખદાયી શબ્દ આ છે- "હું એને કરી શકતો હતો પણ મેં એને ના કર્યું". આપણું વર્તમાન જીવન આપણા અત્યાર સુધીના (અતીતમાં) લેવામાં આવેલા નિર્ણયોનું પરિણામ છે અને આપણું ભવિષ્ય, આપણા દ્વારા વર્તમાનમાં લેવામાં આવી રહેલા નિર્ણયોનું પરિણામ હશે.

અહીંયા હું એ જ નિર્ણયોની વાત કરી રહ્યો છું, જેમના પર અમલ પણ કરવામાં આવ્યો હોય (કર્મ કરવામાં આવ્યું હોય). જો નિર્ણય પર અમલ ન કરવામાં આવે (કર્મ ના કરવામાં આવે), તો તે એક વિચારથી વધારે કશું નથી.

એક વિદ્યાર્થી ટી.વી. જોવા અને રમવાના કામને પરીક્ષા પછી કરવા માટે ટાળી દે અને સારા અંક પ્રાપ્ત કરે અથવા પછી અત્યારે ક્ષણિક આનંદ લેવા માટે એને અત્યારે જ કરે અને પરીક્ષામાં એના દુષ્પરિણામ ભોગવે.

જો તમારે પોતાનું ભવિષ્ય બદલવું છે, તો તમારે આત્મ-અનુશાસિત થવું પડશે અને ભલે જ મન કરે કે ના કરે, તમારે એ મહત્ત્વપૂર્ણ કાર્યોને કરવા

પડશે, જેમનાથી તમારું ભવિષ્ય ઉજ્જવળ થાય અને જ્યારે સમય ઓછો હોય અને તમારી પાસે પ્રલોભન હોય કે, કોઈ સરળ અને મનોરંજક કામ કરીને નીકળી જવામાં આવે અથવા કોઈ કઠિન મહત્ત્વપૂર્ણ કામ કરવામાં આવે. જ્યારે આવી સ્થિતિ આવે, ત્યારે મહત્ત્વપૂર્ણ કાર્ય કરવાનો નિર્ણય લો. કેમ કે તમારી સફળતાથી ના માત્ર તમારી પ્રગતિ થશે, બલ્કે એના કારણે તમારી સાથે જોડાયેલા લોકોની પણ પ્રગતિ થશે. બની શકે છે કે, તમારા પુત્ર કે પુત્રીને એ જણાવવામાં ગર્વ થાય કે, તમે એમના પિતા છો અથવા એવું પણ થઈ શકે છે કે, તમારા કાર્યો માટે તમારા માતા-પિતાને તમારા પર ગર્વ થાય અથવા તમારી પત્નીને તમારા પર ગર્વ થાય. પણ એવું ત્યારે જ જશે, જ્યારે તમે મહત્ત્વપૂર્ણ કાર્ય કરવાના વિકલ્પને પસંદ કરશો અને ઓછા મહત્ત્વપૂર્ણ કાર્યોને ટાળશો.

સમય પ્રબંધન સાથે જોડાયેલી અમલ યોગ્ય ઉપયોગી વાતો :

★ સકારાત્મક ટાળમટોળ કે નકારાત્મક ટાળમટોળ: વ્યક્તિને જોઈએ કે, તે ઓછા મૂલ્યવાળા કાર્યોને કરવાથી બચે અને એ કાર્યને કરે જે સૌથી વધારે મહત્ત્વપૂર્ણ હોય. જે કાર્ય ખૂબ જ જરૂરી હોય, એને અત્યારે જ કરવું જરૂરી હોય છે અને કેટલાક કાર્ય મહત્ત્વપૂર્ણ હોય છે, જેમને કરવાથી આપણું ભવિષ્ય ઉજ્જવળ થાય છે, એવા કાર્યોને પ્રથમ કરવા જોઈએ. આથી, જે સૌથી વધારે મહત્ત્વના હોય એવા કાર્યોમાં ટાળમટોળ ના કરવી જોઈએ.

★ ડબ્લૂ ક્લેમેંટ સ્ટોને ટાળમટોળને દૂર કરવાનો ફૉર્મ્યૂલા જણાવ્યો હતો- Do it now એટલે કે ''એને અત્યારે જ કરો.''

★ પ્રભાવકારી લોકો પ્રાથમિકતા નક્કી કરવામાં તો ઉસ્તાદ હોય જ છે, સાથે-સાથે તેઓ દરેક કામને જલ્દીથી જલ્દી નિપટાવવામાં પણ નિપુણ હોય છે અને એવા લોકો દરેક ક્ષેત્રમાં શિખર પર જોવા મળે છે.

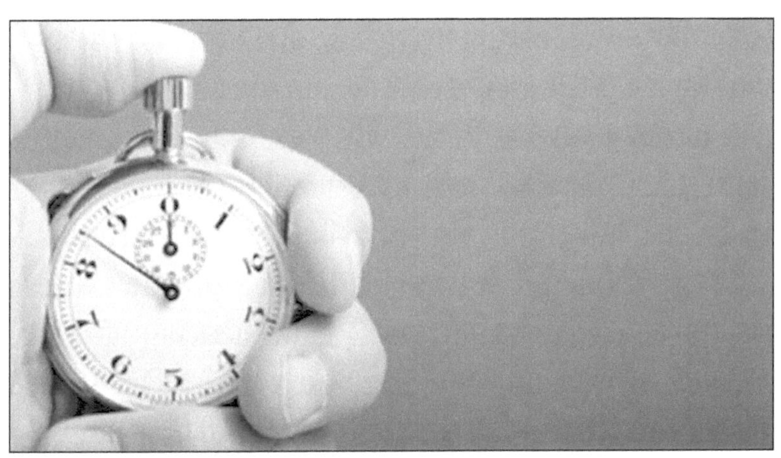

અધ્યાય - ૧૪

કામને નિશ્ચિત સમય પર કરવાની આદત નાખો

"દોડવું પર્યાપ્ત નથી, સમય પર ચાલવું પણ પડે છે." : ફ્રાંસીસી કહેવત

જો તમે સફળ લોકોના જીવનચરિત્ર વાંચશો, તો તમે જોશો કે, એમનામાં એક ખાસ આદત હોય છે અને એ આદત છે કે, તેઓ સમયના ખૂબ જ પાબંદ હોય છે. તેઓ ના માત્ર જલ્દી ઊઠે છે, બલ્કે તેઓ એક નિશ્ચિત સમય પર કાર્ય કરી લે છે. તેઓ જલ્દી ઊઠે છે કેમ કે એમને ખબર હોય છે કે, એમને પોતાના લક્ષ્યોને પૂરા કરવા માટે સામાન્ય લોકો કરતાં વહેલા જાગવું પડશે, કેમ કે આપણી જેમ જ એમની પાસે પણ અન્ય દૈનિક જવાબદારીઓ અને સમસ્યાઓ તો હોય જ છે. તેઓ જલ્દી ઊઠે છે જેથી તેઓ આ દૈનિક કાર્યોને પૂરા કરવા માટે વધારાનો સમય કાઢી શકે અને કામ પૂરું કર્યા પછી સમજદારીથી બચાવેલા સમયનો સદ્ઉપયોગ, તેઓ પોતાના સપના, પોતાના લક્ષ્યોને પૂરા કરવામાં કરી શકે.

જ્યારે તમે કોઈપણ કાર્યને નિશ્ચિત સમય પર કરવાની આદત નાખો છો, તો એ વાતની સંભાવના વધી જાય છે કે, એ તમારી આદત બની જશે અને આ

આદત સફળતાના દૃષ્ટિકોણથી પણ સારી છે. લોકો સફળ ત્યારે જ બને છે, જ્યારે તેઓ પોતાની દિનચર્યામાં સફળ આદતોને સામેલ કરે.

સવારે ઊઠીને કસરત કરવી, સારું પૌષ્ટિક ભોજન ગ્રહણ કરવું, પોતાના વિકાસ માટે પુસ્તકો વાંચવી વગેરે સફળ લોકોની સફળ આદતો હોય છે. જ્યારે કલાકો બેસીને ટી.વી. જોવું અથવા ગીતો સાંભળવા, અકારણ અહીં-તહીં ફરવું, વ્યર્થની વાતો કરવી અને નિરર્થક ચર્ચા કરવી અસફળ લોકોની આદતોમાં આવે છે. હવે એ તમારી ઉપર છે કે, તમે આટલા અનુશાસિત બનો છો કે નહીં. સારી આદતોને અપનાવો અને પોતાના કાર્યોને નિશ્ચિત સમય પર પૂર્ણ કરો અને પરિણામસ્વરૂપ સફળ થાઓ અથવા નિશ્ચિત સમયનું ધ્યાન ના રાખો, અસફળ આદતોને અપનાવો અને અસફળ રહો.

સમય પ્રબંધન સાથે જોડાયેલી અમલ યોગ્ય ઉપયોગી વાતો :

★ સમયના મોટા ભાગ પાડી લો એટલે કે ૬૦થી ૯૦ મિનિટનો સમય. શોધથી બહાર આવ્યું છે કે, મોટાભાગના મહત્ત્વપૂર્ણ કાર્યને કરવા માટે ઓછામાં ઓછા નિરંતર ૧થી ૨ કલાકની જરૂર પડે છે. ઉત્તમ થશે કે, તમે સવારે જલ્દી ઊઠો અને પોતાના સૌથી મહત્ત્વપૂર્ણ કાર્યને નિપટાવી લો. આ જ રીતે તમે ઑફિસનો સમય પૂરો થયા બાદ ઘેર ના જઈને, ઑફિસમાં થોડીવાર રોકી શકો છો અને આગલા દિવસના મહત્ત્વપૂર્ણ કાર્યોને પહેલા જ નિપટાવી શકો છો.

★ જ્યારે તમે પ્લેન/બસ/ટ્રેનમાં બેસો, તો પ્રયાસ કરો કે, તમે બારી બાજુ બેસો, જેથી કોઈ પણ તમારા કામમાં બાધા ન નાંખી શકે અને તમે કેટલાક મહત્ત્વપૂર્ણ કાર્ય કરી શકો. જેમ કે કંઈક વાંચી શકો અથવા કોઈ યોજના બનાવી શકો.

અધ્યાય - ૧૫

લોકોને પ્રોત્સાહિત કરો કે, તેઓ તમારી પાસે માત્ર સમસ્યાઓ જ નહીં, એમના સમાધાન પણ લઈને આવે

" આપણે કહીએ છીએ કે, મેં સમયને બરબાદ કર્યો પણ એ અસંભવ છે, હકીકતમાં આપણે તો ખુદને બરબાદ કર્યા ": ઑલિસ બ્લોચ

કેટલો વધારે સમય આપણે પોતાના નહીં બલ્કે બીજાઓ દ્વારા પેદા કરવામાં આવેલી સમસ્યાઓ વિશે વિચારીને બરબાદ કરીએ છીએ, કે એમનું સમાધાન કેવી રીતે કરવામાં આવે? અને જ્યારે આપણે એ સમસ્યાઓનું સમાધાન કરીએ છીએ, તો એનાથી થાય છે એ કે, એક તો આપણે પોતાનો કિંમતી સમય નષ્ટ કરીએ છીએ અને બીજું એ કે, આપણે એ વ્યક્તિને પોતાની ઉપર પૂરી રીતે નિર્ભર બનાવીએ છીએ. એનાથી થશે એ કે, જ્યારે પણ કોઈ સમસ્યા પડશે, તો તે ખુદ એ નહીં વિચારે કે, આ સમસ્યાને કઈ રીતે નિપટાવી શકાય છે બલ્કે, સીધા આપણી પાસે સમસ્યા લઈને ચાલ્યો આવશે. જ્યારે આવી સ્થિતિ આવશે, તો આપણા કાર્યોનો ભાર ઘટવાના બદલે વધારે વધી જશે અને સ્વાભાવિક રૂપથી આપણી પાસે મહત્ત્વપૂર્ણ કાર્યોને કરવા માટે બચેલો ઉપલબ્ધ સમય પણ ઓછો થઈ જશે.

આ સિદ્ધાંત ના માત્ર વેપારમાં, બલ્કે પરિવારમાં અને લગભગ બધી જગ્યાએ લાગુ કરી શકાય છે. જ્યારે પણ તમારી પાસે કોઈ સમસ્યાને લઈને આવે, તો એને એનું સમાધાન પણ પૂછો. એનાથી એની રચનાત્મકતા પણ વધશે અને તે ધીમે-ધીમે ખુદને એટલો સામર્થ્યવાન બનાવી લેશે કે, નાની-મોટી સમસ્યાઓ ખુદ જ હલ કરી દેશે અને તમારા કાર્યનો ભાર ઓછો કરી શકશે, જેનાથી તમે પોતાના સમયનો ઉપયોગ વધારે મહત્ત્વપૂર્ણ કાર્યોને કરવામાં કરી શકશો અને સફળ થઈ શકશો. તો, અત્યારથી જ એક સિદ્ધાંત બનાવી લો, કે તમે લોકોને પ્રોત્સાહિત કરશો કે તેઓ તમારી પાસે માત્ર સમસ્યાઓ જ નહીં, બલ્કે એમના કેટલાક સમાધાન પણ લઈને આવે અને જ્યારે તમે આવું કરશો, ત્યારે તમે લોકોને નિર્ભર નહીં, આત્મનિર્ભર બનાવશો.

સમય પ્રબંધન સાથે જોડાયેલી અમલ યોગ્ય ઉપયોગી વાતો :

- ✶ એક નિયમ બનાવી લો કે, વ્યર્થના લોકો (એવા લોકો, જે એ વિચારે છે કે, એમનો સમય મહત્ત્વપૂર્ણ નથી આથી તમારો સમય પણ મહત્ત્વપૂર્ણ નથી/ આ એવા લોકો હોય છે, જેમના જીવનનું કોઈ લક્ષ્ય નથી)ને વધારેમાં વધારે ૧૫થી ૨૦ મિનિટનો જ નિશ્ચિત સમય આપશો, એનાથી વધારે નહીં.
- ✶ જ્યારે પણ તમારી પાસે કોઈ પોતાની સમસ્યાઓ લઈને આવે, તો એને પૂછો કે, એના પ્રમાણે એ સમસ્યાનું સંભવિત નિરાકરણ શું છે? થોડી વાર રોકાઓ અને એમને વિચારવા દો. એમના જવાબ આપ્યા પછી જ પોતાની સલાહો/સમાધાનોને બતાવો.

અધ્યાય - ૧૬

સમય સીમા નિર્ધારિત કરો

"સમય ખૂબ જ કિંમતી છે, એને સમજદારીપૂર્વક બરબાદ કરો : અજ્ઞાત

એક મહાન માણસને પૂછવામાં આવ્યું કે, કોઈ એક એવું સ્થાન બતાવો, જ્યાં એક જ જગ્યા પર અને એક જ સમયમાં સૌથી વધારે પ્રતિભાઓ મળે. એ મહાન માણસે જે જવાબ આપ્યો, એને સાંભળીને પ્રશ્ન પૂછનારો આશ્ચર્યમાં પડી ગયો અને કદાચ તમે પણ આશ્ચર્યમાં પડી જશો, કેમ કે એ જગ્યાનું નામ હતું કબ્રસ્તાન. એ મહાન માણસ અનુસાર ત્યાં એટલા બધા લોકો સુઈ રહેલા પડ્યા છે, જેમને ઈશ્વરે પ્રતિભા તો ખૂબ આપી હતી પણ એમણે વિચાર્યું કે, તેઓ આવનારા સમયમાં આ પ્રતિભાનો ઉપયોગ કરશે, તેઓ ટાળતા ગયા અને ટાળતા ગયા અને એક દિવસ એવો પણ આવ્યો જ્યારે એમની પાસે કોઈ સમય બાકી ના રહ્યો અને આખરે તેઓ કબ્રસ્તાન સુધી પહોંચી ગયા.

બિલકુલ આ જ સ્થિતિ એક ક્રિકેટ મેચમાં પણ હોય છે. એ મેચ ભલે ૫૦ ઓવરની હોય કે ૨૦ ઓવરની હોય કે પછી પાંચ દિવસની ટેસ્ટ હોય. મેચનું પરિણામ એટલા જ સમયમાં નીકળી શકે છે. જેવી જ મેચની નિર્ધારિત અવધિ (૫૦ ઓવર કે ૨૦ ઓવર કે ૫ દિવસ) સમાપ્ત થઈ, એના પછી તમે ઇચ્છીને પણ એ મેચને જીતી નથી શકતા.

ટાળમટોળની આદતથી બચવાની એક રીત એ પણ છે કે, તમે દરેક મહત્ત્વપૂર્ણ કાર્યને કરવા માટે એક સમય સીમા નિશ્ચિત કરો. આ સમય સીમા જલ્દીમાં જલ્દી થવી જોઈએ. સરળ શબ્દોમાં લગભગ એટલો જ સમય, જેટલો સમય આ કામને કરવામાં લાગશે. જો તેમ છતાં પણ કામ પૂરું ના થઈ શકે, ત્યારે સમયની અવધિ થોડી વધારી દેવી જોઈએ. ખુદને અનુશાસિત કરી લો કે, દરેક કામને એક નિશ્ચિત સમય સીમામાં જ કરીશું. જ્યારે આ કામ પૂરું થઈ જાય, તો પછી આગલા મહત્ત્વપૂર્ણ કાર્ય માટે અન્ય એક સમયસીમા નિર્ધારિત કરો. જ્યારે તમે દરેક મહત્ત્વપૂર્ણ કાર્યને એક નિશ્ચિત સમય સીમામાં કરવાની આદત બનાવી લેશો, તો જલ્દી જ તમારી ગણતરી સમાજના સૌથી સફળ લોકોમાં થશે.

સમય પ્રબંધન સાથે જોડાયેલી અમલ યોગ્ય ઉપયોગી વાતો :

★ **સમય સીમા અને એના શું પરિણામ હશે? :** કોઈપણ કાર્યને કરવા માટે એક નિશ્ચિત સમય સીમા નિર્ધારિત કરો અને પ્રયાસ કરો કે, એ કામ એ નિશ્ચિત નિર્ધારિત અવધિથી પહેલાં જ સમાપ્ત થઈ જાય, જો એ અવધિમાં કામ ન થઈ શકે, તો સમય સીમા વધારી લો. પાર્કિસન લૉ/નિયમ અનુસાર જો તમારી પાસે સમય ઓછો હોય, તો એ વાતની પૂરી સંભાવના છે કે, એ કામને તમે ઓછા સમયમાં જ કરી લેશો, જેમ કે આપણે કોઈ લાંબી યાત્રા પર જવાથી પહેલાં પોતાના કામ જલ્દી-જલ્દી નિપટાવી લઈએ છીએ. જ્યારે જો તમારી પાસે વધારે સમય હોય, તો તમે એ કામને આરામ-આરામથી કરશો અને એક નાના કામને કરવા માટે પણ વધારે સમયનો ઉપયોગ કરશો.

★ આપણે મોટાભાગે જે પણ કામ કરીએ છીએ, તે કોઈને કોઈ પરિણામ પ્રાપ્ત કરવાની અપેક્ષાથી કરીએ છીએ. એવા કામ, જેમને આપણા દ્વારા ટાળવાની સંભાવના વધારે છે, એ કામ માટે આપણે કોઈ એવી રીત શોધવી પડશે, એક આદત નાખવી પડશે કે, આપણે એ કામને સ્વેચ્છાથી કરીએ. માની લો, તમે એવા પ્રોજેક્ટ પર કામ કરી રહ્યા છો, જેને સફળતાપૂર્વ કરવામાં ત્રણ મહિના લાગી ગયા. હવે ખુદને સિનેમા હૉલમાં એક સારી ફિલ્મ જોઈને પુરસ્કૃત કરો, ભલે તમારી રીત જે પણ હોય. મુદ્દાની વાત એ છે કે, મહત્ત્વપૂર્ણ કામ પૂરું જરૂર થાય.

અધ્યાય - ૧૭

થોડો સમય કાઢો અને ખુદને જાણો

"કંઈપણ કરો, પણ સમયને નષ્ટ ના કરો (મારો નહીં) કેમ કે સમય તમને નષ્ટ કરી રહ્યો છે.(મારી રહ્યો છે)." : પૉલ કોઍલો

આ ધરતીની સૌથી મોટી વિડંબનાઓમાંથી એક એ પણ છે કે, માણસ સમાજ, લોકો અને વસ્તુઓ વિશે જાણવાનો તો ખૂબ જ દાવો કરે છે, પણ ઘણા ઓછા લોકો જ ખુદને જાણી શકે છે.

જેમ કે, આપણા મનુષ્ય રૂપી જીવનનો ઉદ્દેશ્ય, આપણા લક્ષ્ય, મજબૂત પાસા, આપણી કમજોરીઓ વગેરે.

આ ભાગમભાગ ભરી જિંદગીમાં થોડો સમય કાઢો, થોડા રોકાઓ અને જુઓ કે તમે ક્યાં પર છો?

મહાન માણસ એ હોય છે, જેમને સ્પષ્ટ રૂપથી ખબર હોય છે કે, એમનો આ ધરતી પર જન્મ શા માટે થયો છે. તેઓ આ જીવનમાં શું મેળવવા ઇચ્છે છે અને તેઓ એને પોતાના જીવનકાળમાં પ્રાપ્ત પણ કરી લે છે.

આપણા મજબૂત પાસા આપણને બતાવે છે કે, આપણે કયા કાર્ય કરીએ, જેમનાથી આપણને સરળતાથી પ્રગતિ પ્રાપ્ત થાય અને આપણા કમજોર પાસા આપણને બતાવે છે કે, આપણા કયા કામોમાં સુધારાની જરૂર છે. જો આપણે

પોતાના આ કાર્યોમાં સુધારા કરી લઈએ, તો નિશ્ચિત રૂપથી ખૂબ જ આગળ વધી જઈશું.

જ્યારે આપણને આ વાતોની જાણ થઈ જાય છે, તો આપણે વધારે જાગૃત થઈ જઈએ છીએ કે, શું આપણે પોતાના સમયનો ઉપયોગ એ જ રીતે કરી રહ્યા છીએ, જે આપણા જીવન મૂલ્યો સાથે મેળ ખાય છે. આપણા જીવન મૂલ્યો અને આપણા કાર્યોમાં જેટલી સમાનતા હશે, આપણા આત્મવિશ્વાસ અને ખુશીનું સ્તર એટલું જ ઊંચું થશે અને જ્યારે એવું નહીં થાય, ત્યારે આપણી ખુશી અને આત્મવિશ્વાસ ઓછા થઈ જશે.

સમય પ્રબંધન સાથે જોડાયેલી અમલ યોગ્ય ઉપયોગી વાતો :

- **મહત્ત્વપૂર્ણ પરિણામ આપનારા ક્ષેત્ર :** તમારી પાસેથી કયા પરિણામોની અપેક્ષા છે? તમને શા માટે કામ પર રાખવામાં આવ્યા છે? ભલે તમે નોકરી કરતા હો કે તમારો ખુદનો વ્યવસાય હોય, કેટલીક એવી વસ્તુઓ છે, જેમના પર તમારી આવક નિર્ભર કરે છે. એ જ વસ્તુઓ તમારું ભવિષ્ય નક્કી કરે છે.
- જો તમે અસમંજસમાં છો કે, મારા મહત્ત્વપૂર્ણ પરિણામ આપનારા ક્ષેત્ર શું છે? તો જાઓ પોતાના બૉસ/નિયોક્તાને પૂછો અને એના પછી એ બિંદુઓ પર સૌથી વધારે મહેનત કરો.

અધ્યાય - ૧૮

લાપરવાહીથી કામ કરવા પર બરબાદ થાય છે સમય

"જો તમારી પાસે યોગ્ય રીતથી કામ કરવાનો સમય નથી, તો તમારે આ કામને ફરીથી કરવા માટે સમય કાઢવો પડશે." : રૂસી કહેવત

મારી જ જેમ કદાચ તમે પણ કેટલીય વાર ભૂલ કરી હોય, તમે પોતાની શર્ટનું પહેલું બટન ખોટા ક્રમમાં બંધ કરી દીધું હોય અને એના પછી તમે આગળ આવવાવાળા બટને પણ ખોટા ક્રમમાં બંધ કરતા ગયા. જ્યારે તમે સૌથી છેલ્લા બટન સુધી પહોંચ્યા, તો એને લગાવવા માટે કોઈ છેદ જ બાકી ના રહ્યો.

તમે કેટલી પણ મહેનત કરી લો, પણ તમે કોઈ ખોટા શહેરનો નક્શો લઈને પોતાની મંજિલ સુધી નથી પહોંચી શકતા (ઉદાહરણ માટે તમે લખનૌ શહેરમાં એક જગ્યાને શોધી રહ્યા છો અને તમારા હાથમાં દિલ્લીનો નક્શો હોય, તો તમે એ જગ્યાને નહીં શોધી શકો, ભલે તમે કેટલી પણ મહેનત કરો) અને કોઈ મહાન વ્યક્તિએ કહ્યું પણ છે, જ્યારે તમે સફળતાની સીડીઓ ચઢવા માટે મહેનત કરી રહ્યા છો, તો એ સુનિશ્ચિત કરી લો કે, સીડી યોગ્ય દીવાલ પર ટકેલી હોય.

કંઈક એવું જ થાય છે, જ્યારે આપણે કોઈ કામ લાપરવાહીથી કરીએ છીએ. ઘણી વાર કામને અડધી-અધૂરી રીતથી કરવા પર એ કામમાં ખૂબ વધારે કમીઓ

રહી જાય છે, જેને સુધારવા માટે એ કામમાં લાગનારા સમય કરતાં કેટલાય ગણો સમય આપણને એ કામને સુધારવામાં લાગી જાય છે.

ઉત્તમ એ થશે કે, જ્યારે પણ આપણે કોઈ કામ કરીએ, તો એને અડધા-અધૂરા મનથી કરવાના બદલે પૂરા મનથી અને સારી રીતે કરીએ. એ કાર્યોને કરવામાં આપણી પાસે લેસર જેવું ફોકસ હોવું જોઈએ. ઉદાહરણ માટે જો તમે ઑફિસમાં કામ કરો છો, તો તમારે પૂરી એકાગ્રતા સાથે ત્રાંયં કામ કરવું જોઈએ, નહીં તો તમે ઑફિસમાં બચેલું કામ ઘેર લઈ આવશો અને પરિવારને પોતાનો કિંમતી સમય નહીં આપી શકો, જે તમારા પરિવારનો અધિકાર છે.

સફળ લોકોનો એક ગુણ એ પણ છે કે, તેઓ નાનામાં નાના કામને પણ સૌથી સારી રીતે અને ધ્યાન લગાવીને કરે છે. કેમ કે, એમના પ્રમાણે કોઈપણ કામ નાનું નથી હોતું અને જે પણ કામ કરવા યોગ્ય છે, એ સર્વશ્રેષ્ઠ રીતથી કરવા યોગ્ય છે. આમ તો માણસ હોવાના સંબંધે ભૂલો તો થશે, પણ પ્રયાસ કરો કે એક જ ભૂલ ફરીથી ના થાય.

બિલકુલ એવી જ સ્થિતિ ત્યારે જોઈ શકાય છે, જ્યારે આપણે થોડા પૈસા બચાવવાના ચક્કરમાં કોઈ સસ્તો સામાન ખરીદી લઈએ છીએ, જેને બનાવડાવવામાં આપણા ના માત્ર વધારે પૈસા બલ્કે એનાથી પણ વધારે આપણઓ મૂલ્યવાન સમય નષ્ટ થાય છે.

યોગ્ય થશે કે, જ્યારે પણ આપણે કોઈ સામાન ખરીદીએ, તો એની ગુણવત્તાને પહેલા જ ધ્યાનમાં રાખીએ, જેથી આપણા પૈસાનો સારો ઉપયોગ તો થાય જ, સાથે-સાથે આપણા કિંમતી સમયની પણ બચત થાય.

સમય પ્રબંધન સાથે જોડાયેલી અમલ યોગ્ય ઉપયોગી વાતો :

★ **મિટિંગ્સ/મુલાકાતો**

આપણામાંથી મોટાભાગના લોકોને બીજા લોકોને મળવા બહાર જવું પડે છે અથવા પછી ઑફિસથી સંબંધિત મિટિંગ્સમાં જવું પડે છે, પણ મોટાભાગની મિટિંગ્સ સમયની બરબાદી જ સાબિત થાય છે. મિટિંગને આયોજિત કરવાનો એક ઉદ્દેશ્ય હોવો જોઈએ, એ માનીને ચાલો કે લેટ(વિલંબ) કરવાવાળો વ્યક્તિ આવશે જ નહીં અને મિટિંગ્સને સમય પર શરૂ અને સમાપ્ત કરો. મિટિંગ્સનો એક વિશેષ ઍજેન્ડા હોવો જોઈએ/કાર્યસૂચી પણ હોવી જોઈએ.

અધ્યાય - ૧૯

પહેલા નાના-નાના હિસ્સાઓમાં તોડો અને પછી જોડો

"એ કામને કાલ માટે ના છોડો, જેને તમે આજે જ કરી શકો છો." : બેંજામિન ફ્રેંકલિન

મેં અનુભવ્યું છે કે, જ્યારે આપણને કોઈ કામ મોટું દેખાય છે, તો એને ટાળવું સ્વાભાવિક થઈ જાય છે અને મેં એ પણ અનુભવ્યું છે કે, જ્યારે કામ ખૂબ મોટું નજરે પડે, તો એને નાના-નાના ટુકડાઓમાં વહેંચી દેવાથી કામ સરળ થઈ જાય છે. મારી પ્રથમ પુસ્તક ''રાજલનીતિ''ને લખવામાં મને ૪ વર્ષ કરતાં પણ વધારે સમય લાગ્યો. હું વ્યસ્તતાને કારણે એને લખવાનું શરૂ જ કરી શકતો ન હતો, પછી મેં કેટલીક લાઇનો લખવાની શરૂ કરી. પહેલા તો હું રોકાઈ ગયો હતો, પણ મેં નિશ્ચિય કર્યો કે, હું પ્રતિદિવસ કંઈકને કંઈક લખીશ. ભલે જ આ કેટલીક લાઇનો/વાક્ય જ કેમ ના હોય. જ્યારે મને લખવાની આદત પડી ગઈ, તો મેં એક પેજ/પૃષ્ઠ પ્રતિદિવસ લખવાનું શરૂ કર્યું. ખૂબ સમય વીતી ગયો અને સ્વાભાવિક રૂપથી મારી પાસે સારી માત્રામાં લેખિત સામગ્રી એકત્રિત થઈ ગઈ.

મારા દરેક દિવસની મહેનતથી જે લેખ એકઠા થયા હતા, એમને મેં સંગઠિત અને વ્યવસ્થિત કર્યા અને એને આખરે 'રાજલનીતિ' પુસ્તકનું રૂપ આપ્યું.

૪૦૦-૫૦૦ પેજની મોટી પુસ્તક લખવામાં પણ આ સિદ્ધાંત એટલો જ કારગર છે, જેટલો કે એક મોટા સિનેમા હૉલ યુક્ત મલ્ટીપ્લેક્સને બનાવવામાં. કૉમ્પ્યુટરનો અભ્યાસ કરતા સમયે પણ અમને એ શીખવાડવામાં આવ્યું હતું કે, એક મોટા પ્રોગ્રામને લખવાની એક ઉત્તમ ટેક્નિક એ છે કે, એને નાના-નાના ખંડોમાં અલગ-અલગ બનાવવામાં આવે અને આખરે એ બધા બનેલા અલગ-અલગ ખંડોને એક સાથે જોડી દેવામાં આવે. તો ભવિષ્યમાં ક્યારેય પણ મોટા પ્રોજેક્ટ/પરિયોજનાને જોઈને ગભરાઓ નહીં, એ વસ્તુઓને શરૂ કરો, જેમને તમે સરળતાથી કરી શકો છો. ત્યારબાદ તમને એક ગતિ મળી જશે અને તમે મુશ્કેલ કામ પણ સરળતાથી કરી શકશો.

સમય પ્રબંધન સાથે જોડાયેલી અમલ યોગ્ય ઉપયોગી વાતો :

* કામનો સમૂહ બનાવો. શોધ પરથી એ જાણવા મળ્યું છે કે, જ્યારે પણ તમે કોઈ નવું કામ શરૂ કરો છો, તો તમને વધારે સમય લાગે છે. જ્યારે તમે બીજીવાર એ જ કામને કરો છો, તો લાગનારો સમય અપેક્ષાકૃત ઓછો થઈ જાય છે. આથી ઉત્તમ એ જ થશે કે, તમે એક સમયમાં અલગ-અલગ કામ ના કરો, બલ્કે એક પ્રકારના કામ એક સાથે કરો અને જ્યારે કામને ઉઠાવો, તો એને પૂરું કરીને જ કોઈ નવું કામ શરૂ કરો, કેમ કે એવું ન કરવા પર (એક કામ શરૂ કરવા અને પછી એને છોડી દેવા પર) કેટલાય ગણો વધારે સમય લાગે છે. લર્નિંગ કર્વના નિયમાનુસાર જ્યારે આપણે પહેલીવાર કોઈ નવું કામ કરીએ છીએ, એમાં લાગતા સમયની માત્રા વધારે હોય છે પણ જેમ-જેમ એ કામને કરવામાં તમે પારંગત થતાં જાઓ છો, એ કામમાં લાગતો સમય ક્રમશઃ ઘટતો જાય છે. આથી કામ શરૂ કરો અને કામમાં ત્યાં સુધી લાગ્યા રહો, જ્યાં સુધી તે પૂરું ના થઈ જાય.

અધ્યાય - ૨૦

સમયની સાથે ખુદને અપગ્રેડ કરો/સુધારો

"ભલે આ સૌથી સારો સમય છે અથવા આ સૌથી ખરાબ સમય છે, કુલ મિલાવીને આપણી પાસે ઉપયોગ કરવા માટે આ જ સમય છે.'

: આર્ટ બૂચવાલ્ડ

તમે છેલ્લીવાર પોતાના હાથોથી ચિઠ્ઠી ક્યારે લખી હતી અને પોસ્ટ કરી હતી, તમે છેલ્લીવાર પાણીને ઠંડું રાખવા માટે ઘડાનો ઉપયોગ ક્યારે કર્યો હતો? તમે છેલ્લીવાર ક્યારે ઑડિયો કેસેટ વગાડી હતી?

કદાચ તમે કહેશો કે, જમાનો થઈ ગયો. બીજો સવાલ- શું તમે ફરીથી ચિઠ્ઠી લખવી, ઘડાનો ઉપયોગ કરવો કે ઑડિયો કેસેટનો ઉપયોગ કરવા ઈચ્છશો? તમારો જવાબ હશે 'ના', કેમ કે આજે આપણી પાસે એક એવી ટેક્નોલૉજી છે, જૂની ટેક્નૉલોજી કરતાં ના માત્ર વધારે સુવિધાજનક છે, બલ્કે એનાથી વધારે સારી પણ છે. સમયની સાથે બદલાવ આવવો જ જોઈએ. કદાચ જ હવે કોઈ ચિઠ્ઠી લખીને મોકલતું હોય, ઘણા ઓછા લોકો જ હવે ઘડાનો ઉપયોગ કરે છે.

દિમાગની સાથે સૌથી મોટી સમસ્યા એ છે કે, આ એક સમયમાં એક જ

વિચાર વિચારી શકે છે. તમે એક સમયમાં બે વિચાર એક સાથે નથી વિચારી શકતા. નવું કામ કરવા માટે તમારે જૂનું કામ છોડવું પડશે. જેમ ફ્રિજનો ઉપયોગ કરવા માટે તમે ઘડાનો ઉપયોગ બંધ કરી દીધો, એવી જ રીતે જૂની વિચારધારાને આધુનિક અને યોગ્ય વિચારધારાથી બદલવી પડશે. એના માટે તમારે સતત શીખતા રહેવું પડશે.

મેં ઈન્ટરનેટ પર એક વિદેશી દંતચિકિત્સક વિશે વાંચ્યું, જેમને એક નવા પ્રકારની દાંતોની સર્જરી વિશે જાણ થઈ, જેનાથી તેઓ ખૂબ ઓછા સમયમાં દર્દીઓના દાંતોને સુંદર બનાવી શકતા હતા. એમણે આ સર્જરીને શીખવાનો નિર્ણય લીધો અને આ સર્જરીને શીખવાના એક વર્ષની અંદર જ એમની આવક લગભગ બમણી થઈ ગઈ. નિશ્ચિત રૂપથી તમારી આવક પણ બમણી થઈ શકે છે, જો તમે પણ પોતાના ક્ષેત્રમાં ખુદને વિકસિત કરતા રહો.

સમય પ્રબંધન સાથે જોડાયેલી અમલ યોગ્ય ઉપયોગી વાતો :

- ✶ પોતાના ક્ષેત્ર સાથે સંબંધિત કોઈ માસિક કે સાપ્તાહિક પત્રિકા સાથે જોડાઓ.
- ✶ વ્યક્તિગત વિકાસ જેમ કે સંપ્રેષણ કળા, આત્મવિશ્વાસ અને આત્મસન્માન વધારવાની કળા જેવા વિષયો સાથે સંબંધિત પુસ્તકોનું અધ્યયન કરો.

અધ્યાય - ૨૧

ટેક્નોલૉજીને તમે શું બનાવી, પોતાની દોસ્ત કે દુશ્મન?

"જે પ્રકારે સોનાનો એક દોરો ખૂબ જ કિંમતી હોય છે, એ જ પ્રકારે આપણા જીવનની એક-એક સેકન્ડ ખૂબ કિંમતી છે." : જૉન મેસન

ઈન્ટરનેટે આ સંસારની દૂરીઓને લગભગ ખતમ કરી દીધી છે. પલક ઝબકવની વાર ના થઈ કે, વીડિયો કૉલિંગના માધ્યમથી આપણે વિશ્વના બીજા ખૂણામાં બેઠેલા વ્યક્તિનો તુરંત સંપર્ક સાધી શકીએ છીએ અને આમને-સામને બેસીને વાત કરી શકીએ છીએ. આ પ્રકારે કોઈપણ વિષયમાં કોઈ જાણકારી પ્રાપ્ત કરવા માટે આપણે કલાકો લાઇબ્રેરી/પુસ્તકાલયમાં બેસવાની કોઈ જરૂર નથી. આપણે બસ એને પોતાના કૉમ્પ્યુટરના કેટલાક બટન દબાવીને ક્ષણભરમાં શોધી શકીએ છીએ. વર્તમાન સમયમાં પૂરી દુનિયા તમારા મોબાઈલ અને લેપટૉપના માધ્યમથી તમારી આંગળીઓ પર છે.

આ તો છે ટેક્નોલૉજીની સકારાત્મક બાજુ, પણ એની એક નકારાત્મક બાજુ પણ છે, જેની સૌથી વધારે અસર આપણા કિંમતી સમય પર પડે છે. સોશિયલ નેટવર્કિંગ સાઇટ્સ જેમ કે- ફેસબુક, ટ્વિટર પર કેવી રીતે તમારા કલાકોનો સમય વીતી જશે, તમને ખબર પણ નહીં પડે. એ જ પ્રકારે યૂટ્યૂબ, જેના પર તમે મનોરંજક વીડિયો જોઈને પોતાનો સમય બરબાદ કરી શકો છો. સૂચી ખૂબ લાંબી છે, માત્ર વેબસાઇટ જ નહીં, બલ્કે વ્હૉટ્સએપ જેવી આધુનિક

ઍપ્લિકેશન ઉપયોગી તો છે, પણ જો તમે એમનો માત્ર મનોરંજન માટે ઉપયોગ કરો, તો એ તમારા કિંમતી સમયને માત્ર બરબાદ જ કરશે.

હવે એ આપણી ઉપર છે કે, આપણે ટેક્નોલૉજીનો ઉપયોગ પોતાના ફાયદા માટે કરીને એને પોતાની દોસ્ત બનાવી રહ્યા છીએ અથવા એને માત્ર પોતાના મનોરંજન માટે ઉપયોગ કરીને પોતાની દુશ્મન બનાવી રહ્યા છીએ.

જ્યારે હું 'લૉ'નો વિદ્યાર્થી હતો તો, મારી વ્યસ્તતા ખૂબ વધારે હતી અને મને અભ્યાસ કરવા માટે સમય બિલકુલ પણ મળી રહ્યો ન હતો. ત્યારે મેં ટેક્નોલૉજીનો ઉપયોગ કર્યો અને મેં પોતાના મોબાઈલ ફોનના સાઉન્ટ રેકૉર્ડરની મદદથી, પોતાના 'લૉ'ના એ સેમેસ્ટરની બધી પુસ્તકોના મુખ્ય અંશ વાંચીને પોતાના અવાજમાં રેકૉર્ડ કરી લીધા. ત્યારબાદ જ્યારે પણ મને ખાલી સમય મળતો, ભલે દુકાનમાં કે ઘરમાં, હું પોતાના મોબાઇલ ફોનમાં ઈયરફોન લગાવીને એ પુસ્તકને સાંભળી લેતો હતો. ખાલી સમયનો મેં જબરદસ્ત લાભ ઉઠાવ્યો અને એના માટે મારે માત્ર એકવાર જ મહેનત કરવી પડી અને આ શક્ય થયું ટેક્નોલૉજીના કારણે અને આખરે મેં પોતાની 'લૉ'નું શિક્ષણ સફળતાપૂર્વક પૂરું કરી લીધું, જેમાં ટેક્નોલૉજીનું ખૂબ મોટું યોગદાન છે.

સમય પ્રબંધન સાથે જોડાયેલી અમલ યોગ્ય ઉપયોગી વાતો :

★ **ટેલિફોનઃ** ટેલિફોન મુખ્યતઃ એક બિઝનેસ ઉપકરણ છે, મોટાભાગના લોકો આ સુવિધાનો દુરુપયોગ કરે છે, એમાં પણ તમે ઈચ્છો, તો તમે પોતાના કૉલને કટ કરી શકો છો અને એમને તમે લંચ ટાઈમ પર કે સાંજે કામ સમાપ્ત થવા પર, આવેલા બધા ફોનને તમે એક સાથે ફરીથી ફોન કરી શકો છો. વ્યર્થના લોકો સાથે ફોન પર વાત કરતા સમયે તમે સીધું જ પૂછો કે, હું તમારી શું મદદ કરી શકું છું અથવા હું તમારા માટે શું કરી શકું છું?

★ ફોન પર વાત કરતા સમયે પણ તમારી પાસે એક ઉદ્દેશ્ય કે ઍજેન્ડા/કાર્યસૂચી હોવી જોઈએ. બસ માની લો કે, તમે તારાઓના માધ્યમથી મિટિંગ કરી રહ્યા છો.

★ અન્ય એક મહત્ત્વપૂર્ણ વાત- ક્યારેય પણ ફોનને પેન અને કાગળ વગર ના ઉઠાવો અને જે પણ વાત મહત્ત્વપૂર્ણ હોય, એને લખી લો અને એને ભવિષ્ય માટે સુરક્ષિત કરી લો. જો તમે વ્યવસાયી છો, તો એવું ન કરવા પર તમને હજારો-લાખો રૂપિયાનું નુકસાન થઈ શકે છે.

અધ્યાય - ૨ ૨

જાણો, શું નિયંત્રણમાં છે અને શું નિયંત્રણથી પરે?

"જો તમને પોતાના જીવનથી પ્રેમ છે, તો સમય બરબાદ બિલકુલ પણ ના કરો, કેમ કે જીવન સમયથી જ બન્યું છે." : બ્રૂસ લી

શું તમે પાંચ વર્ષ પાછળ જઈ શકો છો? શું તમે પોતાની જીભથી નીકળેલી વાતને પાછી લઈ શકો છો? શું તમે માત્ર વિચારવાથી જ તુરંત એક સેકન્ડની અંદર ૧૦૦૦ કિલોમીટર દૂર કોઈ શરે (જેમ કે મારા માટે દિલ્લી શહેર)માં ભૌતિક રૂપથી પહોંચી શકો છો? વગેરે.

આ બધા પ્રશ્નોના ઉત્તર છે બિલકુલ ''ના''. આપણે પોતાનો ઘણો બધો સમય પોતાના દ્વારા જ કરવામાં આવેલી પાછલી ભૂલો વિશે અફસોસ કરવામાં વીતાવીએ છીએ. સાથે-સાથે આપણે એ વિચારવામાં પણ પોતાનો ખૂબ વધારે સમય બરબાદ કરીએ છીએ કે, કાશ! મેં એવું ના કર્યું હોત અથવા કાશ! મેં એવું કર્યું હોત! પણ એ સંભવ નથી કે, આપણે વીતી ગયેલા સમયમાં પાછા જઈ શકીએ.

જ્યારે પણ તમારી સામે કોઈ અસમંજસ કે કોઈ સમસ્યા આવે, તો ખુદને પૂછો કે, શું આ મારા નિયંત્રણમાં છે? શું હું આ વિષયમાં કશું કરી શકું છું?

જો આ પ્રશ્નોના ઉત્તર ''હા'' છે, તો એની સાથે જોડાયેલા સંભાવિત પગલાં ઉઠાવો અને જો આ પ્રશ્નોના ઉત્તર ''ના'' છે, એટલે કે તમે આ વિષયોમાં કશું નથી કરી શકતા, તો એને પ્રભુ પર છોડી દો અને એમની મદદ માંગો કે, તેઓ આપણું કલ્યાણ કરવાની સાથે-સાથે આપણું માર્ગદર્શન પણ કરે.

એનાથી તમારો દૃષ્ટિકોણ સ્પષ્ટ થઈ જાય છે અને તમે જાગૃત થઈ જાઓ છો કે, તમે પોતાના કિંમતી સમયનો સાર્થક ઉપયોગ કરી રહ્યા છો કે નહીં અને જ્યારે તમને ખબર પડી જાય કે, તમે પોતાના સમયનો સાર્થક ઉપયોગ નથી કરી રહ્યા, તો તુરંત એ કામની તરફ પરત ફરો, જેનાથી તમારા સમયનો સૌથી સાર્થક ઉપયોગ થાય.

સમય પ્રબંધન સાથે જોડાયેલી અમલ યોગ્ય ઉપયોગી વાતો :

* **સમયનિષ્ઠા :**

  મોટાભાગના લોકો સમયની કદર નથી કરતા, આથી તેઓ ક્યારેય પણ સમય પર નથી પહોંચતા. જો તમે જવાબદાર બનવા ઇચ્છો છો, તો તમારે સમયનું ખૂબ ધ્યાન રાખવું પડશે. દરેક જગ્યાએ સમય પર પહોંચવું પડશે.
* તમારી છબિ બસ એ વાતથી બદલાઈ જાય છે કે, તમે દરેક જગ્યાએ સમય પર પહોંચ્યા. એનાથી તમારી છબિ એક જવાબદાર વ્યક્તિની બની જશે અને જ્યારે પ્રમોશન/પદોન્નતિ આપવાની વાત આવે છે, તો એવા જ લોકોને પસંદ કરવામાં આવે છે, જે સમયના પાબંદ હોય.
* મહાન કોચ વિંસ લોમબારડીએ લોમબારડી ટાઇમની રચના કરી હતી, જેનાથી એમનો અર્થ હતો કે, એમના બધા ખેલાડીઓને નિર્ધારિત સમય કરતાં ૧૫ મિનિટ પહેલા જ ઉપસ્થિત થઈ જવાનું હતું, જેથી કોઈપણ પ્રકારથી ટીમનો કિંમતી સમય બરબાદ ન થાય.
* જો તમે બૉસ/નિયોક્તા છો, તો પણ પોતાના કર્મચારીઓ પર અકળાવો નહીં અને એમને વ્યર્થમાં જ રાહ ના જોવડાવો.

અધ્યાય - ૨૩

પૈસાઓના ઍકાઉન્ટિંગની જેમ સમયનું પણ ઍકાઉન્ટિંગ કરો.

"જેઓ સમય બચાવે છે, તેઓ ધન બચાવે છે અને બચાવેલું ધન કમાયેલા ધનની બરાબર છે." : મહાત્મા ગાંધી

બાળપણમાં આપણા વડીલો આપણને શીખવાડે છે અને સમજાવે છે- ''જુઓ બેટા! આ પૈસા છે, આને ખૂબ જ મહેનતથી કમાવવામાં આવે છે, આથી એને ખૂબ જ સંભાળીને રાખો અને ખૂબ જ સમજદારીથી ઉપયોગ કરો.'' પણ શું આપણો પરિવાર, આપણને એ જ રીતની સલાહ પૈસા કરતાં પણ મૂલ્યવાન સંપત્તિ એટલે કે આપણા કિંમતી સમય વિશે પણ આપે છે? કેટલાક પરિવારોને છોડી દેવામાં આવે, તો મોટાભાગના પરિવાર પોતાના બાળકોને એ શીખવાડવાનું ભૂલી જાય છે.

આપણે બધાએ એ વાત ક્યારેય ના ભૂલવી જોઈએ કે, સમય પૈસા કરતાં વધારે કિંમતી છે. તમે પૈસા તો વધારે પ્રાપ્ત કરી શકો છો, પરંતુ વધારે સમય નથી પ્રાપ્ત કરી શકતા. આથી, જેટલી સાવધાનીથી પૈસાઓનો હિસાબ-કિતાબ રાખો છો, એટલી જ સાવધાની આપણે પોતાના કિંમતી સમય પર પણ વર્તવી જોઈએ. આપણને આ બધા સવા સવાલોના જવાબ ખબર હોય છે- આપણા

પૈસા ક્યાં રાખ્યા છે? કેટલા પૈસા ક્યાંથી આવ્યા અને ક્યાં ગયા? પણ સમય સાથે જોડાયેલા આ સવાલોના જવાબ આપણને કદાચ જ ખબર હોય- આપણો સમય ક્યાં ખર્ચ થઈ રહ્યો છે? આપણા દિવસનો મોટાભાગનો સમય કઈ વસ્તુમાં ઉપયોગ થઈ રહ્યો છે? નાની-મોટી દૈનિક દિનચર્યા જેમ કે- સ્નાન કરવાથી લઈને મોટા કામોમાં લાગતા સમય પર ધ્યાન આપો કે, તમે એ કામને કરવામાં કેટલો સમય લગાવી રહ્યા છો? શું એ કામને કરવામાટે એટલો સમય આપવો યોગ્ય છે? અથવા એનાથી પણ ઓછા સમયમાં એ કામને કરી શકાય છે? જ્યારે તમે પોતાના સમયના હિસાબ-કિતાબના લેખા-જોખા રાખવા લાગશો, તો તમે જાગૃત થઈ જશો કે, શું તમે પોતાનો સમય સૌથી મહત્ત્વપૂર્ણ કામોને કરવામાં ઉપયોગ કરી રહ્યા છો અથવા સૌથી મહત્ત્વહીન કામોને કરવામાં.

સમય પ્રબંધન સાથે જોડાયેલી અમલ યોગ્ય ઉપયોગી વાતો :

- **સમય અભિલેખ :**

  નજર રાખો કે, તમારો સમય ક્યાં ખર્ચ થઈ રહ્યો છે અથવા તમારો સમય ક્યાં જઈ રહ્યો છે? સામાન્ય લોકો મહિના કે વર્ષના સંદર્ભમાં વિચારે છે. પણ એમના કરતાં વધારે સફળ લોકો સપ્તાહના હિસાબથી વિચારે છે અને સૌથી સફળ લોકો કલાકો કે મિનિટોના પરિપ્રેક્ષ્યમાં જુએ છે.
- કોઈપણ યોજના બનાવવા માટે કાગળ પર વિચારો.
- સમય બચાવવા માટે 4G ઇન્ટરનેટ કે બ્રૉડબેંડ કનેક્શનનો ઉપયોગ કરો, કેમ કે ધીમી ગતિનું ઇન્ટરનેટ આપણા કિંમતી સમયને નષ્ટ કરે છે.

અધ્યાય - ૨૪

"ના" કહેવાનું શીખો

"સમય ક્યારેય નથી મરતો, માત્ર લોકો મરે છે." : જે.ઑફ.લૉટન

કેટલીવાર એવું થાય છે કે, આપણે ઈચ્છતા હોવા છતાં પણ કોઈને ''ના'' નથી કહી શકતા. જ્યારે કે આપણને ખબર હોય છે કે, આપણે એ કામ બિલકુલ પણ નથી કરી શકતા અથવા નથી કરવા ઈચ્છતા, પણ ક્યાંક તેઓને ખરાબ ના લાગે, આથી આપણે મજબૂરીથી મન મારીને કામ કરીએ છીએ અને આ કારણે આપણે એ કામ સારી રીતે નથી કરી શકતા અને જ્યાં સુધી આપણે એ કામ કરીએ છીએ, આપણને નિરંતર અફસોસ થાય છે કે, આપણે ''હા'' કેમ કહી.

જેટલી જલ્દી ''ના'' કહી શકો, કહો. પ્રેમથી કહો પણ સ્પષ્ટ કહો. આ જીવન તમારું છે, જો તમે જીવનમાં આગળ વધવા ઈચ્છો છો અને સફળ થવા ઈચ્છો છો, તો એમાં તમારે પોતાના કિંમતી સમયને લઈને થોડા સ્વાર્થી બનવું પડશે.

તમે ઈચ્છો તો, ''હા'' કહેવાથી પહેલા વિચારવાનો સમય લો, તમે ''હા'' કહ્યા પછી બધા પરિણામોને તપાસો. તપાસ્યા પછી તમે મોટાભાગની પરિસ્થિતિઓમાં જોશો કે, તમારે ''ના'' કહેવી જ યોગ્ય છે અને જ્યારે તમે

ના કહેશો, તો સામેવાળાને ખરાબ પણ નહીં લાગે, કેમ કે તમે શાંતિપૂર્વક એમના પ્રસ્તાવ પર વિચાર્યું અને વિચાર કર્યો છે.

સમય પ્રબંધન સાથે જોડાયેલી અમલ યોગ્ય ઉપયોગી વાતો :

★ પ્રત્યેક આદતને નાખવામાં સમય લાગે છે. ''ના'' કહેવાની આદતને નાખવામાં પણ સમય લાગશે, પણ આ લાભકારી આદતને નાખવાનો પ્રયાસ જલ્દીથી જલ્દી કરો.

★ સ્પષ્ટતા અડધી બીમારીનો ઈલાજ છે અને સ્પષ્ટ લક્ષ્યોને માપી શકાય છે, આથી જે પણ તમે કરવા કે મેળવવા ઈચ્છો, એના વિશે બિલકુલ સ્પષ્ટ રહો.

અધ્યાય - ૨૫

મુશ્કેલ કાર્યોમાં પણ નિપુણ બનો, જેથી એમને ટાળવા ના પડે

"જે કાર્ય ક્યારેય પણ કરી શકાય છે, તે ક્યારેય પણ નહીં કરવામાં આવે." : સ્કોટિશ કહેવત

૨૦૦૦ના દશકની શરૂઆતમાં, હું ધોરણ ૮માં હતો અને એ સમયે સ્કૂલમાં ભણાવવામાં આવતો કૉમ્પ્યુટર વિષય મને બિલકુલ પણ સારો લાગતો ન હતો. કેમ કે બધા વિષયોની જેમ હું એમાં પણ સારો ન હતો પણ મને કેટલાક એવા અધ્યાપક મળ્યા, જેમણે મારા પર ખૂબ મહેનત કરી અને કૉમ્પ્યુટર વિષયમાં મારો આધાર મજબૂત કર્યો અને એક સમય એવો પણ આવ્યો, જ્યારે મારા માટે એ સમય સ્કૂલમાં ભણાવવામાં આવી રહેલી કૉમ્પ્યુટરની પ્રોગ્રામિંગ ભાષા મારા ડાબા હાથનો ખેલ બની ગઈ અને હું એમાં પારંગત ખેલાડી બની ગયો હતો. આથી, મેં કૉમ્પ્યુટર વિષયથી દૂર ભાગવાનું બંધ કરી દીધું અને એના વિશે વધારેમાં વધારે જાણવા ઈચ્છતો હતો. કેમ કે, હવે મારી રુચિ જાગી ગઈ હતી અને કદાચ આ જ કારણ હતું કે, મેં કૉમ્પ્યુટરના ક્ષેત્રમાં પોતાનું શિક્ષણ જારી રાખ્યું અને BCA, A LEVEL (PGDCA), B LEVEL (MCA), CSSA, CSSP જેવા પ્રમાણપત્ર પ્રાપ્ત કર્યા.

કહેવાનો અર્થ ખૂબ જ સરળ છે કે, જે વસ્તુને આપણે કઠિન માનીએ છીએ, આપણે એનાથી દૂર ભાગીએ છીએ અને એને ટાળીએ છીએ, વસ્તુઓને સરળ બનાવવાની રીત છે, એ વસ્તુઓને સરળ બનાવવાની રીત છે વસ્તુઓને પહેલા સમજવી, પછી એને કરવી અને ત્યાં સુધી કરવી, જ્યાં સુધી એમાં પારંગત નથી થઈ જતા.

કાર ચલાવવાને જ લઈ લો. જ્યારે તમે કાર ચલાવતા શીખવાનું શરૂ કરો છો, તો તમને તમારા હાથનો ઉપયોગ ગિયર બદલવા અને સ્ટિયરિંગ ફેરવવા માટે કરવો પડે છે અને આંખોનો ઉપયોગ આગળ-પાછળ અને ડાબે-જમણે જોવા માટે કરવો પડે છે. શરૂમાં તો આ ખૂબ જ કષ્ટકારી અને અસંભવ જેવું કાર્ય લાગે છે પણ જો આપણો પ્રયાસ નિરંતર જારી રહે, તો સમયની સાથે-સાથે એ પણ આપણા ડાબા હાથનો ખેલ બની જશે અને આપણે એમાં પણ પારંગત થઈ જઈશું.

સમય પ્રબંધન સાથે જોડાયેલી અમલ યોગ્ય ઉપયોગી વાતો :

- **ટેલિફોન અને આવતા-જતા લોકો :**

  જ્યારે આપણે નાના હતા, ત્યારે સામાન્ય/લેન્ડલાઇન ફોન ચાલ્યા કરતા હતા અને જ્યારે આપણા માટે ફોન આવતો હતો, તો આપણા માતા-પિતા કે મોટાઓ ફોન ઉઠાવતા હતા અને આપણને બતાવતા હતા. પણ જ્યારે આપણે મોટા થયા, તો આ કામ આપણે ખુદ કરવા લાગ્યા. કેમ કે મોબાઇલ ફોનનો સમય આવી ગયો, ટેલિફોનની સાથે સમસ્યા એ છે કે, વાગતી ઘંટડી સાંભળીને આપણે ખુદને નિયંત્રિત નથી કરી શકતા અને બધા કામ છોડીને ફોન ઉઠાવવામાં જ લાગી જઈએ છીએ. આપણી પાસે એના કરતાં પણ વધારે યોગ્ય વિકલ્પ છે, જરૂરી કામ કરતા સમયે આપણે પોતાનો ફોન બંધ કે સાઇલેન્ટ કરી શકીએ છીએ અથવા સમય મળવા પર ફરીથી કૉલ કરી શકીએ છીએ.

- મોટાભાગના આવતા-જતા લોકોને પોતાના સમયની કિંમતની ખબર જ નથી રહેતી અને આથી તેઓ વિચારે છે કે, એમની જેમ બધાનો સમય બેકાર છે, જો તેઓ તમારાથી કહે કે, ‘‘શું તમારી પાસે સમય છે?’’ તો તમે કહો કે, ‘‘માફ કરો, અત્યારે નથી.’’

અધ્યાય - ૨૬

મેદાનમાં ઉતરશો તો કદાચ તમે જીતી પણ જાઓ અને જો તમે મેદાનમાં નહીં ઉતરો તો તમારી હાર નિશ્ચિત છે

"સમય જ એવી વસ્તુ છે, જે આપણને સૌથી વધારે જોઈતી હોય છે અને સમય જ એવી વસ્તુ પણ છે, જેનો આપણે ખૂબ જ ખરાબ રીતથી ઉપયોગ કરીએ છીએ" : વિલિયમ પેન

મારી પ્રથમ પુસ્તક રાજલનીતિમાં મેં **"ફક્ત મેદાનમાં ઉતરવા માત્રથી જ, કેટલીય વાર સફળતા તમને મળી જાય છે"** નામના અધ્યાયમાં લખ્યું હતું અને હું એને અહીંયા ફરીથી તમારા માટે લખું છું.

"વર્ષ ૨૦૧૧માં મેં LL.B.માં પ્રવેશ માટે સેન્ટ ઍન્ડ્રૂજ કૉલેજમાં અરજી આપી હતી. ૧ મહિનો વીતી ગયો હતો, પરંતુ કૉલેજ તરફથી કોઈ ઍડમિટ કાર્ડ/પ્રવેશ પત્ર ના આવ્યો. ૨૪ જુલાઈ ૨૦૧૧એ આર.જી.-ટેક ઍજ્યુકેશનનો એક મોટો પ્રોગ્રામ હતો અને હું એની તૈયારીઓમાં લાગ્યો હતો. ૨૩ જુલાઈ ૨૦૧૧એ LL.B.ની પ્રવેશ પરીક્ષા હતી. ૨૨ જુલાઈ ૨૦૧૧ સુધી પણ ઍડમિટ કાર્ડ આવ્યું ન હતું. હું ૨૨ જુલાઈ ૨૦૧૧એ બપોરે સેન્ટ ઍન્ડ્રૂજ કૉલેજ ગયો, તાલિબજી પણ મારી સાથે હતા. ત્યાં પૂછપરછ કરી તો ખબર પડી કે અરજી પત્રમાં મારી શિક્ષણની કૉલમમાં BCA લખ્યું છે. (મેં BCA પણ કર્યું છે) પણ

કૉલેજ અનુસાર LL.B. માટે ન્યૂનતમ જરૂરી શૈક્ષણિક યોગ્યતા BCA નહીં, બલ્કે BA કે B.Com હોવી જોઈએ. મેં કહ્યું કે 'હા મેં B.Com પણ કર્યું છે. શું હું હજુ ડૉક્યુમેન્ટ/દસ્તાવેજ જમા કરી શકું છું?' એમણે કહ્યું- 'હા, પણ આજે જ."

હું તુરંત ઘેર ગયો અને B.Comની માર્કશીટની ફોટોકૉપી લીધી અને સેન્ટ ઍન્ડ્રૂજ કૉલેજ તરફ ચાલી નીકળ્યો.

સેન્ટ ઍન્ડ્રૂજ કૉલેજમાં મેં ફોટોકૉપી જમા કરી અને પોતાનું ઍડમિટ કાર્ડ લઈ લીધું. હવે પ્રશ્ન એ હતો કે, પરીક્ષામાં ૧૨ કલાક કરતાં પણ ઓછો સમય છે, આર.જી.-ટેક ઍજ્યુકેશનના કાર્યક્રમની તૈયારી પણ કરવાની છે અને રેગ્યુલર અભ્યાસ છોડ્યે પણ મને કેટલાય વર્ષ થઈ ગયા છે, મારું મન અસમંજસની સ્થિતિમાં હતું.

મેં આ વિષયમાં પોતાના પિતાજીની સલાહ માગી. પિતાજીએ કહ્યું, જાઓ કેટલાક કલાકોની વાત છે, પરીક્ષા નહીં આપે, તો બધું જ ઝીરો થઈ જશે અને આપીશ, તો કદાચ કંઈક થઈ જ જાય. ૨૩ જુલાઈ, ૨૦૧૧એ હું સંકોચ કરતાં-કરતાં પેપર આપવા ગયો. પરીક્ષા હૉલમાં પણ મારા મનમાં આર.જી.-ટેક ઍજ્યુકેશનના આગલા દિવસે થવાવાળા કાર્યક્રમની બચેલી લાંબી યાદી ચાલી રહી હતી. તેમ છતાં મને જે પ્રશ્ન આવડતા હતા, તે મેં કર્યા. જે પ્રશ્ન મને આવડતા ન હતા, એને પણ મેં કરવાનો પ્રયાસ કર્યો. પરીક્ષા જેવી જ સમાપ્ત થઈ, હું તુરંત જ બચેલા કામ નિપટાવવા માટે ચાલી નીકળ્યો.

આગલા દિવસે આર.જી.-ટેક ઍજ્યુકેશનનો કાર્યક્રમ શાનદારથી પણ વધારે શાનદાર રહ્યો. થોડા સમય પછી LL.B. પ્રવેશ પરીક્ષાનું પરિણામ નીકળ્યું. મેં માત્ર સેન્ટ ઍન્ડ્રૂજ કૉલેજમાંથી જ ફૉર્મ ભર્યું હતું. કેમ કે, મારા દાદાજી/બાઉજી પણ સેન્ટ ઍન્ડ્રૂજની સ્કૂલમાં ભણ્યા હતા અને મારા પિતાજીએ પણ LL.B.માં અહીં જ ઍડમિશન લીધું હતું. મારા બાઉજીએ મને કેટલીય વાર અહીંયા લખેલો એક સંદેશ બતાવ્યો હતો - "Prove all things hold fast which is good."જેનાથી એમના જીવન પર સકારાત્મક પ્રભાવ પડ્યો હતો આથી, મારી પણ ઈચ્છા હતી કે, હું અહીં જ ભણું.

ખેર, હું મારો રોલ નંબર સમાચાર પત્રમાં શોધી રહ્યો હતો. મેં નીચેથી જોવાનું શરૂ કર્યું અને ઉપર સુધી જોયું, મને ના દેખાયો, હું નિરાશ થઈ ગયો.

મેં ફરીથી જોવાનો નિર્ણય કર્યો. આ વખતે ઉપરથી પહેલો, બીજો, ત્રીજો...દસમો અને અગિયારમો. ''અરે! આ તો મારો રોલ નંબર છે!''

એ સત્ય છે કે, મારો LL.B.માં દાખલો થઈ ગયો, ૧૧મું સ્થાન મેરિટ લિસ્ટમાં, ૧૦૦માંથી ૭૦ અંક અને એના માટે મારે શું કરવાનું હતું, બસ 'મેદાનમાં ઉતરવાનું હતું.' કહેવાનો અર્થ ખૂબ જ સરળ છે કે, તમે યોગ્ય અવસરોની માત્ર રાહ જોશો, તો તે ક્યારેય તમને નહીં મળે. તમારે દરેક વખતે મેદાનમાં ઉતરવું પડશે. કેમ કે જો તમે મેદાનમાં ઉતર્યા, તો કદાચ તમે જીતી જાઓ અને જો તમે મેદાનમાં ના ઉતર્યા, તો તમારી હાર નિશ્ચિત છે. રાહ જોતા રહેવી તેમજ મેદાનમાં ના ઉતરવું પણ સમયની બરબાદી છે.

સમય પ્રબંધન સાથે જોડાયેલી અમલ યોગ્ય ઉપયોગી વાતો :

- ★ મોટાભાગની સમસ્યાઓ આંતરિક હોય છે એટલે કે એ આપણી વિચારધારા દ્વારા ઉત્પન્ન થાય છે. ઘણા બધા કામ આપણા સામર્થ્યમાં હોય છે પણ આપણે એમને અસફળતાના ડરથી નથી કરતા અને આ કારણે સમય નષ્ટ થઈ જાય છે. એક એવો માનસિક દૃષ્ટિકોણ વિકસિત કરો, જે તમને કર્મ કરવા માટે પ્રેરિત કરે.
- ★ ખરાબ સ્વાસ્થ્ય પણ સમય બરબાદ કરે છે કેમ કે, તમે એકાગ્ર થઈને કોઈ કામ નથી કરી શકતા. આથી, વ્યાયામની એક નિયમિત આદત બનાવી લો, જેથી તમે શારીરિક અને માનસિક રૂપથી સ્વસ્થ રહો અને એકાગ્ર થઈને પોતાનો કિંમતી સમય બચાવી શકો.

અધ્યાય - ૨૭

સમય તો પસાર થઈ જશે પરંતુ શું તમે આ પસાર થઈ રહેલા સમયનો ઉપયોગ કર્યો ?

"જો તમે તમને મળેલા સમય પાસેથી મળેલા અનુભવનો સમજણપૂર્વક ઉપયોગ કર્યો છે તો એ સમયનો બગાડ નથી." : ઑગસ્ટ રોડિન

૨૦૧૧માં જ્યારે મારું 'લૉ'માં એડમિશન થયું હતું, ત્યારે મારી વય ૨૫ વર્ષની હતી અને એ સમયે મારા એક મિત્રએ મને કહ્યું કે, મિત્ર! ૨૦૧૪ સુધીમાં તું 'લૉ'નો અભ્યાસ પૂરો કરીશ, ત્યાં સુધીમાં તારી ઉંમર ૨૮ વર્ષની થઈ જશે. ત્યારે મેં હસતાં-હસતાં એને ઉત્તર આપ્યો કે જો હું 'લૉ'નો અભ્યાસ નહીં કરું તો પણ ત્રણ વર્ષ પછી ૨૮નો થઈ જઈશ, સમય તો છતાં પણ વીતતો જશે જ. તો શા માટે હું એનો ઉપયોગ ના કરી લઉં.

હું માત્ર પોતાની જ વાત નહીં કરું. એવા ઘણા લોકો છે જેઓ કહે છે, "મારી પાસે પાંચ વર્ષ સુધી રાહ જોવાનો સમય નથી. કારણ કે, ૫ વર્ષ પછી મારી

ઉંમર ૩૦ વર્ષની થઈ જશે." તેઓ ઇચ્છે કે ન ઇચ્છે પાંચ વર્ષ જોતજોતામાં પસાર થઈ જશે અને તેઓ ૩૦ વર્ષના થઈ જશે, તફાવત માત્ર એનાથી જ પડશે કે, તેઓએ એ સમયનો ઉપયોગ કર્યો કે નહીં.

સમય તો એમ છતાં વીતતો જશે. તમે એને પકડી શકતા નથી કે ના તો એને સાચવી શકતા. એ કહેવું અતિશયોક્તિ નહીં કહેવાય કે, આપણે સમયની નહીં પરંતુ આપણા કાર્યોની વ્યવસ્થા કરીએ છીએ.

તમારી પાસે બે વિકલ્પ છે - તમે તીવ્ર ગતિએ ભાગતા સમયને ઝડપી લો અને એનો સૌથી સારો લાભ મેળવી લો. એટલે કે સમયના સાર્થક ઉપયોગના માધ્યમથી પોતાના લક્ષ્યને પ્રાપ્ત કરો અથવા તો આ સામાન્ય બહાનાને આગળ ધરો કે, મારી પાસે રાહ જોવા માટે એટલો લાંબો સમય નથી અને પછી સમય તમને પોતાની શક્તિનો પરચો સ્વયં આપશે.

સમય પ્રબંધન સાથે જોડાયેલી અમલ યોગ્ય ઉપયોગી વાતો :

- સફાઈ / (Neatness) : તમારી સ્મરણ શક્તિ તીવ્ર હોય અને તમે એવું કહી શકો છો કે, મને ખબર છે કે કઈ વસ્તુ ક્યાં મૂકી છે, માટે એવું બની શકે કે, તમે તમારી બધી વસ્તુઓને પોતાના ટેબલ ઉપર અને પોતાના ઓરડામાં સામાનને આમએમ બધે ફેલાવી શકો છો. પરંતુ સંશોધન દ્વારા એવું જાણવા મળ્યું છે કે જો તમે તમારા ટેબલને બરાબર સ્વચ્છ કરી લો અને તમે અત્યારે માત્ર હાલમાં જે વસ્તુઓને ઉપયોગમાં લઈ રહ્યા છો એને જ ટેબલ ઉપર રાખો, તો તમારી ઉત્પાદકતામાં ૨૦-૪૦ પ્રતિશત સુધીની વૃદ્ધિ થઈ શકે છે.
- એવી વસ્તુઓ જે કામની નથી અને ભવિષ્યમાં ક્યારેય ઉપયોગમાં આવનાર નથી, એને કચરાપેટીમાં નાંખી દો.
- જે સામાન અથવા કાગળ કોઈ વ્યક્તિ સાથે સંબંધિત છે, તમે એ વ્યક્તિને આપી દો.
- તમે એ સામાન કે કાગળથી કંઈક કરો, ભલે એને કોઈ નિશ્ચિત

સ્થાન પર મોકલી દો.

* જો એ કોઈ કાગળ છે, તો તમે એને સંબંધિત ફાઇલમાં મૂકી શકો છો જેથી એનો ઉપયોગ ભવિષ્યમાં જરૂર પડે થઈ શકે.
* એક વધારે સંશોધન પ્રમાણે જ્યારે પ્રમોશન/પદોન્નતિની વાત આવે ત્યારે બૉસ/નિયોક્તાએ કહ્યું કે, તેઓ એ વ્યક્તિને ક્યારેય પ્રમોટ (પદોન્નતિ નહીં આપે) નહીં કરે, જેનું કામ અસ્તવ્યસ્ત રહેતું હોય છે, પરંતુ પ્રમોશન માટે એમની પ્રથમ પસંદગી એ વ્યક્તિ હશે, જે યોગ્ય રીતે વ્યવસ્થિત હોય.

અધ્યાય - ૨૮

હંમેશાં સત્યના માર્ગ પર ચાલો

"તમે મિનિટોનું ધ્યાન રાખો, કલાકો પોતાનું ધ્યાન ખુદ રાખી લેશે."
: લૉર્ડ ચેસ્ટરફીલ્ડ

બાળપણમાં મેં ટીવી ઉપર એક કૉમેડી ફિલ્મ જોઈ હતી, જેનું શીર્ષક હતું "ગોલમાલ", જે વર્ષ ૧૯૭૯માં પ્રકાશિત થઈ હતી, એ ફિલ્મના અભિનેતા તાત્કાલિક સફળતા મેળવવા માટે અસત્યનો આશરો લે છે. ત્યારબાદ એ અસત્યથી બચવા માટે ફરી એમને અસત્ય બોલવું પડે છે, ત્યારબાદ બીજું એક... અને આમ અસત્યની આ શ્રૃંખલા આગળ વધતી જ જાય છે.

જૂઠું બોલનાર વ્યક્તિની સ્થિતિ એવી જ હોય છે જેવી પતંગને ઉડાડતી વખએ દોરાની હોય છે, એક વાર જો એમાં ગૂંચ પડી જાય તો ત્યારબાદ એ વધારે ને વધારે ગૂંચવાતી જ જાય છે.

કદાચ તમે એવું વિચારતા હશો કે, "સત્ય" અને "સમય પ્રબંધન"ને એક-બીજા સાથે શું લેવાદેવા છે? સત્ય બોલવાથી સમયની બચત થાય છે. જો આપણે એ ફિલ્મની જ વાત કરીએ, તો જો તેણે સત્યનો પ્રયોગ કર્યો હોત તો ના તો એને આટલું બધું જૂઠું બોલવું પડતું અને ના તો આટલો સમય બરબાદ થતો.

જૂઠું બોલનાર વ્યક્તિ હંમેશાં તણાવમાં રહે છે કે, તેના દ્વારા બોલવામાં આવેલું જૂઠ્ઠાણું પકડાઈ ન જાય. એક જૂઠું બોલનાર વ્યક્તિએ હંમેશાં એ યાદ રાખવું પડે છે કે, તેણે કોઈ વિશેષ પરિસ્થિતિમાં કોઈ વ્યક્તિ વિશેષને શું કહ્યું હતું. કારણ કે એ દરેક સમયે પોતાના લાભ પ્રમાણે કોઈ જુદી વાત કરે છે, જે તદ્દન અસત્ય હોય છે, જ્યારે સત્ય બોલનાર વ્યક્તિની સાથે આવી કોઈ બાબત બનતી નથી. સાચું બોલવાને કારણે હંમેશાં એ સ્વયં માટે સારી લાગણી જ અનુભવે છે અને જેને કારણે એનો આત્મવિશ્વાસ પણ વધી જતો હોય છે.

દરેક મનુષ્યને એ બોધ આપવામાં આવેલો છે કે સત્ય બોલવું એ ધર્મ છે અને અસત્ય બોલવું એ અધર્મ છે. આથી, હંમેશાં સત્ય બોલીને ધર્મના માર્ગે ચાલો અને તમારા મૂલ્યવાન સમયને બચાવો.

સમય પ્રબંધન સાથે જોડાયેલી અમલ યોગ્ય ઉપયોગી વાતો :

★ લોકોને પ્રભાવિત/ (Impress) કરવા માટે અસત્ય ન બોલો. અસત્ય તમને અલ્પાવધિ માટે અમુક લાભ અપાવી પણ દે, પરંતુ એવું બની શકે છે કે દીર્ઘ અવધિમાં આ જૂઠથી બચવા માટે તમારે અન્ય કેટલાય જૂઠ્ઠાણાં બોલવા પડશે, એનાથી ના માત્ર તમારી વિશ્વસનીયતા ઓછી થશે, બલ્કે કોઈને કોઈ રીતે તમે તમારા સમયને પણ બરબાદ કરશો.

★ વાસ્તવિકતાને જાણો અને વાસ્તવિકતાને જણાવો, આજના યુગમાં દરેક લોકો સમજદાર છે, તમે શું કહો છો તેના પ્રત્યે એમનું ધ્યાન ઓછું આકર્ષિત થાય છે પરંતુ તમે શું કરો છો તેના ઉપર દરેકનું ધ્યાન આકર્ષિત થતું હોય છે. આથી વાતોમાં સમયને વેડફશો નહીં, કર્મ કરો અને કામ અંગે બધાને આપમેળે જ જાણ થઈ જશે.

અધ્યાય - ૨૯

નકારાત્મક લોકોથી અંતર જાળવો

"દુનિયાની એકમાત્ર વસ્તુ એવી છે, જેને ફરીથી રિસાઈકલ નથી કરી શકાતી, એ છે સમય.": અજ્ઞાત

જ્યારે આપણે નાના હતા ત્યારે આપણા માતા-પિતા કે આપણા વડીલો એ વાતની વિશેષ કાળજી લેતા હતા કે, આપણે કોઈ એવી વસ્તુ ન ખાઈ લઈએ જેનાથી આપણો જીવ જોખમમાં મૂકાઈ જાય અને તેઓ આપણને એવું પણ સમજાવતા હતા કે, કોઈપણ અપરિચિત વ્યક્તિની આપેલી વસ્તુને ન લઈએ કે ન ખાઈએ. આ વિચારધારા ખૂબ સારી હતી.

પરંતુ મોટાભાગે લોકોના માતા-પિતા જેટલું મહત્ત્વ શારીરિક આહાર સાથે જોડાયેલ બાબતોને આપે છે, તેટલું મહત્ત્વ માનસિક ખોરાક સાથે સંકળાયેલ બાબતોને આપતા નથી. પેટમાં જો ઝેરી વસ્તુ નાખવામાં આવે ત્યારે તેની ત્વરિત અસર જોવા મળતી હોય છે, પરંતુ મગજમાં જો કોઈ ઝેરી વસ્તુ નાખી દેવામાં આવે તો તેની ત્વરિત અસર આપણે જોઈ શકતા નથી, જેના કારણે લોકો મસ્તિષ્કમાં જઈ રહેલી સામગ્રી પ્રત્યે લેશમાત્ર ધ્યાન આપતા નથી.

થોડા સમય પહેલાં મેં થૉમસ એડિસનની વાર્તા સાંભળી. નકારાત્મક લોકો કેટલું બધું નુકસાન પહોંચાડી શકે છે. થૉમસ એડિસનની કથા એનું એક આદર્શ

ઉદાહરણ છે. જ્યારે થૉમસ એડિસનનો શાળામાં પ્રવેશ થયો, ત્યારબાદ થોડા દિવસો પછી એમની શિક્ષિકાએ એમને એક ચિઠ્ઠી લખીને આપી અને એમને કહ્યું કે, તેઓ એ ચિઠ્ઠી એમની માતાને આપી દે. એડિસને એમની શિક્ષિકાએ કહ્યું હતું એ જ પ્રમાણે કર્યું. એ ચિઠ્ઠી વાંચીને એમની માતાને આઘાત લાગ્યો અને એ રૂદન કરવા લાગ્યા.

એ ચિઠ્ઠીમાં એવું લખવામાં આવ્યું હતું કે, થૉમસ એડિસનનું માનસિક સ્તર એટલું ઊંચું નથીકે તેઓ સામાન્ય બાળકો સાથે ભણી શકે અને જો તેઓ આ શાળામાં ભણતા રહ્યા તો એમની સાથે ભણતાં બાળકો પર ખરાબ પ્રભાવ પડશે.

થૉમસ એડિસન પોતાની માતાને રડતા જોઈને ચિંતિત થઈ ગયા અને એમણે એમની માતાને પૂછ્યું કે, એ ચિઠ્ઠીમાં એવું તો શું લખેલું હતું કે તેઓ આ પ્રમાણે રૂદન કરે છે. માતાએ સ્વયં ઉપર કાબૂ મેળવતાં પુત્રને ચિઠ્ઠીમાં શું લખેલું હતું એ જણાવતાં કહ્યું કે, એડિસન એટલા બધા સમજદાર છે કે એમની શાળામાં એવા કોઈ શિક્ષક નથી કે જેઓ એડિસનને ભણાવી શકે. એ દિવસ પછી થૉમસ એડિસન શાળાએ ગયા નહીં પરંતુ એમની માતાએ એમને શિક્ષિત કર્યા એટલું જ નહીં પરંતુ એમની માતાએ તેઓ પોતાના જીવનમાં જે ઈચ્છે એ મેળવી શકે છે એવા વિશ્વાસનું બીજ પણ રોપ્યું.

થૉમસ એડિસન મોટા થઈને દુનિયાના મહાન આવિષ્કારકોમાંથી એક બન્યા. પરંતુ જો એમની માતાએ એમના મસ્તિષ્કમાં માનસિક સ્તર અંગેના નકારાત્મક ઝેરી વિચારને જતાં રોક્યો ના હોત, તો આ બાબત ક્યારેય સંભવ બની શકી ના જ હોત.

મોટાભાગના લોકો એટલા સદ્ભાગી હોતા નથી (કારણ કે થૉમસ એડિસનની માતાએ શિક્ષિકાના અભિપ્રાયનો અસ્વીકાર કરી દીધો અને થૉમસ એડિસનના મગજમાં વિશ્વાસના બીજનું રોપણ કર્યું) અને તેઓ કોઈપણ પ્રકારની ચકાસણી કર્યા સિવાય બીજાની કહેલી નકારાત્મક વાતોનો સ્વીકારી લેતા હોય છે અને પોતાના જીવનને સીમિત બનાવી લે છે.

જ્યારે તમે ખુદ પોતાની ક્ષમતા અંગે સંદેહાત્મક બનો છો, ત્યારે તમારો આત્મવિશ્વાસ ઓછો થઈ જાય છે અને તમે સફળતાઓ તરફ પોતાનું જરૂરી ડગલું ઉપાડતાં ડર અનુભવો છો અને એ કાર્યને બીજા કોઈ દિવસ માટે દૂર

ધકેલ્યા કરો છો, જેના કારણે તમારા સમયનો બગાડ થાય છે. મોટાભાગના લોકો પણ માત્ર આ જ કારણને લીધે કામને મૂલત્વી રાખતા હોય છે કારણ કે અમુક વ્યક્તિએ એમને એવી પ્રતીતિ કરાવી દીધી હોય છે કે, તેઓ પૂરતાં સક્ષમ નથી અને તેઓ જીવનમાં ક્યારેય પણ કશું કરી શકશે નહીં.

જરૂર એ વાતની છે કે, પ્રત્યેક વ્યક્તિએ ઈશ્વર દ્વારા આપણને આપવામાં આવેલી યોગ્યતાને ઓળખીને એનો સર્વોત્તમ પ્રયોગ કરવો જોઈએ અને જીવનમાં પ્રયાસ કરો કે, ના તો નકારાત્મક લોકોની પાસે જાઓ અને ના તો નકારાત્મક લોકોને આપણા મસ્તિષ્કને દૂષિત કરવાની અનુમતિ આપો.

સમય પ્રબંધન સાથે જોડાયેલી અમલ યોગ્ય ઉપયોગી વાતો :

- ★ જ્યારે તમને કોઈ નકારાત્મક વાત કહે, ત્યારે સૌ પ્રથમ એ ચકાસી લો કે શું એ વ્યક્તિ તમને બહેતર બનાવવા તમારી આલોચના કરી રહ્યો છે કે તમને નીચા દેખાડવાનો પ્રયાસ કરી રહ્યો છે અને એ પણ ચકાસી લો કે, જે વ્યક્તિ તમને નકારાત્મક વાત કરી રહ્યો છે, તેણે ખુદ પોતાના જીવનમાં શું પ્રાપ્ત કરેલ છે? જે વ્યક્તિએ પોતાના જ જીવનમાં કશું પણ કર્યું ના હોય એમના દ્વારા આપવામાં આવેલા અભિપ્રાય ઉપર વિશ્વાસ કરી લેવો એ ક્યાં સુધી યોગ્ય ગણી શકાય?
- ★ તમારાથી ભૂલો અને ક્ષતિઓ થાય, એના માટે તમારી આલોચના પણ થાય એવું સંભવ છે, પરંતુ એક વાત ના ભૂલો કે જ્યારે તમે કશું કરો છો ત્યારે તમે કશું શીખો છો, જો તમે કશું પણ કરશો જ નહીં તો તમારી આલોચના પણ નહીં થાય, પરંતુ આ સમજદારી નથી.
- ★ કોઈ મહાન વ્યક્તિએ આ પ્રમાણે કહ્યું છે, "નકારાત્મક લોકો એવા લોકો હોય છે, જેઓની પાસે દરેક સમાધાન માટે સમસ્યા હોય છે."

અધ્યાય - ૩૦

વિશેષજ્ઞ સમય બચાવે છે

"આજથી બરાબર એક વર્ષ પછી તમે વિચારશો, કાશ! મેં એક વર્ષ પહેલાં જ કામ શરૂ કરી દીધું હોત." : કેરેન લેમ્બ

એક વિશેષજ્ઞ પોતાના કામને કરવા અને એને નિખારવા માટે ઘણો સમય આપતા હોય છે માટે તેઓ પાસે બહોળો અનુભવ હોય છે. તેણે પોતાના ક્ષેત્રમાં હજારો કેસ સંભાળ્યા હોય છે. એના માટે પરિસ્થિતિઓ ડાબા હાથનો ખેલ હોય છે અને તેઓ મોટાભાગની પરિસ્થિતિઓને તત્કાળ સમજી લેતા હોય છે. જો તમે કોઈ નિષ્ણાત પાસે જવાને બદલે કોઈ અપરિપક્વ કે અનુભવહીન વ્યક્તિ પાસે પહોંચી જાઓ છો, ત્યારે પરિસ્થિતિઓ બિલકુલ જુદી જ હોય છે. એમની પાસે જવાથી પ્રથમ તો એમને એ બાબતોને સમજવામાં સમય લાગશે અને જેટલી ચોકસાઈપૂર્વક એક નિષ્ણાત એની આકારણી કરી શકશે એટલી ચોકસાઈથી એક નવી વ્યક્તિ નહીં કરી શકે અને આ કારણે વિશેષજ્ઞ સમય બચાવે છે.

જ્યારે આપણી તંદુરસ્તી બગડે છે ત્યારે તત્કાળ સ્વાસ્થ્ય લાભ માટે આપણે એ રોગ સંબંધિત કોઈ નિષ્ણાત ડૉક્ટર પાસે અભિપ્રાય માટે જઈએ છીએ અને

એમના અભિપ્રાયને કારણે આપણને તત્કાળ સ્વાસ્થ્ય લાભ પણ થાય છે. આ જ પ્રમાણે આપણને જ્યારે કોઈ કાયદાકીય સહાયતાની આવશ્યકતા ઊભી થાય છે, ત્યારે આપણે સારા નિષ્ણાત વકીલ પાસે જ જઈએ છીએ, જે આપણને યોગ્ય માર્ગદર્શન આપી શકે.આપણે કોઈ સામાન્ય ડૉક્ટર કે વકીલ પાસે જવા નથી ઈચ્છતા પરંતુ એક વિશેષજ્ઞ પાસે જવા ઈચ્છીએ છીએ, જે પોતાના ક્ષેત્રમાં સૌથી શ્રેષ્ઠ હોય અને જે નિરંતર સૌથી વધારે સારા પરિણામો આપતા હોય. આવા વિશેષજ્ઞોની સલાહ માટે આપણે કલાકો સુધી રાહ જોવા પણ તૈયાર રહીએ છીએ અને એમના દ્વારા માંગણી કરવામાં આવેલી રકમ પણ ચૂકવવા તૈયાર રહીએ છીએ કારણ કે આપણને પૂરેપૂરો વિશ્વાસ હોય છે કે, તેઓ સારું પરિણામ આપશે અને આપણો કિંમતી સમય પણ બચાવશે.

મોટાભાગે વિશેષજ્ઞોની ફી થોડી વધારે હોય છે અને હોવી પણ જોઈએ કારણ કે, તેઓએ સમયની સાથે પોતાની આવડતને વધારે નિખારેલી હોય છે અને પોતાના ગ્રાહકોને સફળ પરિણામો પણ આપેલા હોય છે અને સૌથી મહત્ત્વપૂર્ણ પોતાના ગ્રાહકોનો મૂલ્યવાન સમય પણ બચાવતા હોય છે.

સમય પ્રબંધન સાથે જોડાયેલી અમલ યોગ્ય ઉપયોગી વાતો :

* આપણું ક્ષેત્ર ગમે તે હોય, આપણે એ ક્ષેત્ર સાથે સંકળાયેલ નિષ્ણાતો પાસેથી શીખવું જોઈએ. સૌથી વધારે તીવ્ર ગતિએ આગળ વધવાનો આ જ ઉપાય છે.
* નિષ્ણાતો પાસે સમયનો અભાવ હોય છે માટે જ્યારે પણ એમની પાસે જાઓ, અગાઉથી જ બધી તૈયારી કરી લો કે એમને મળવા પાછળનો તમારો શું ઉદ્દેશ્ય છે અને તમે એમને શું પૂછવા ઈચ્છો છો?

અધ્યાય -૩૧

ખરાબ સ્વાસ્થ્ય સમય ખરાબ કરે છે

"કોઈપણ કાર્યને કરવાનો સમય તમે ત્યાં સુધી નહીં મેળવી શકો, જ્યાં સુધી તમે સંકલ્પપૂર્વક એ કાર્યને કરવા માટે સમય નહીં કાઢો"
: ચાર્લ્સ બ્રુકસટન

ઍન્ડ્રૂ ફ્લિંટોફ ઇંગ્લેન્ડ ક્રિકેટના મહાન ઑલ રાઉન્ડર ખેલાડી હતા, જ્યારે તેઓ રમતા હતા ત્યારે એમની ગણના વિશ્વના મહાન ઑલ રાઉન્ડર ખેલાડીઓમાં થતી હતી. પ્રથમ તો એમણે ઈજાગ્રસ્ત થવાને લીધે ક્રિકેટમાંથી વિશ્રામ લેવો પડ્યો પરંતુ જ્યારે ઈજાગ્રસ્ત થવાને લીધે એમની સમસ્યાઓ ગંભીર બનવા લાગી, ત્યારે અંતે એમણે માત્ર ૩૨ વર્ષની નાની વયે ક્રિકેટને પ્રણામ કરી લેવા પડ્યા.

એ કહેવું ખોટું નહીં થાય કે, જો એમનું સ્વાસ્થ્ય સારું રહેતું, તો ઈંગ્લેન્ડ ક્રિકેટમાં પોતાનું યોગદાન આપવાની સાથે-સાથે તેઓ અનેક નવા કીર્તિમાન પણ સ્થાપિત કરતા.

સારું સ્વાસ્થ્ય જીવનમાં ઉત્સાહ અને આનંદનો સંચાર તો કરે જ છે, સાથે-સાથે તમારી કાર્ય કરવાની ક્ષમતામાં પણ વૃદ્ધિ કરે છે. જ્યારે વ્યક્તિ સ્વસ્થ હોય ત્યારે એ પોતાના કાર્યને તીવ્રતાથી અને પૂર્ણ ઉત્સાહથી કરે છે અને જ્યારે

વ્યક્તિ અસ્વસ્થ હોય છે ત્યારે તેના જીવનમાં ના તો ઉત્સાહ રહે છે, ના તો એનું મન કોઈપણ કામ કરવામાં એકાગ્ર થાય છે, જેના કારણે સમયનો બગાડ થતો હોય છે.

ખરાબ સ્વાસ્થ્ય અને ઈજાગ્રસ્ત બની જવાને કારણે અનેક ખેલાડીઓએ પોતાની કારકિર્દીમાં અને જીવનમાં સોનેરી અવસરો ગુમાવવા પડ્યા છે. જેમાં વિશ્વ કપ અને ઑલિમ્પિક ટૂર્નામેન્ટ પણ સામેલ છે.

ભલે ખેલાડી હોય કે ફિલ્મસ્ટાર અથવા તો મોટા ઉદ્યોગપતિ, દરેકની પ્રથમ ક્રમાંકની પ્રાથમિકતા જો કોઈ હોય તો એ "સારું સ્વાસ્થ્ય" છે. કારણ કે, એમને ખબર છે કે દરેક ક્ષેત્રોમાં ઉત્કૃષ્ટ પ્રદર્શન માટે સારું સ્વાસ્થ્ય કેટલું વધારે મહત્ત્વપૂર્ણ હોય છે.

જ્યાર કોઈ ખેલાડી ઈજાગ્રસ્ત થઈ જાય છે અને તેણે એ રમતમાંથી વિશ્રામ લેવાની ફરજ પડે છે, ત્યારે એમના કિંમતી સમયનો બગાડ થાય છે. આવી સ્થિતિ ફિલ્મ સ્ટારની પણ હોય છે. ઈજાગ્રસ્ત થવાને કારણે એના ઉપચાર માટે એમણે પોતાના કામમાંથી વિશ્રામ લેવો પડે છે, આ પ્રમાણે એમના મૂલ્યવાન સમયનો બગાડ થતો હોય છે.

તમે વધારે ધન તો કમાઈ શકો છો પરંતુ વધારે સમય કે વધારે જીવન મેળવી શકતા નથી. આથી, તમારું સ્વાસ્થ્ય સારું રાખવું એ તમારી પ્રાથમિકતા હોવી જોઈએ. સ્વાસ્થ્યને સારું રાખવા માટે તમારે પોષણયુક્ત આહારની સાથે નિયમિત વ્યાયામની અને યોગના અભ્યાસની આવશ્યકતા પડતી હોય છે.

સમય પ્રબંધન સાથે જોડાયેલી અમલ યોગ્ય ઉપયોગી વાતો :

- ★ રસ્તા પરથી ખુલ્લી પડેલી વસ્તુઓ ના તો ખરીદો અને ના ખાઓ. આ પ્રકારના પદાર્થ અશુદ્ધ જળ તેમજ માખીઓ દ્વારા સંક્રમિત થઈ શકે છે અને તમારા સ્વાસ્થ્ય પર અસર કરી શકે છે.
- ★ પ્રતિદિવસ એક કલાક પોતાના શરીર માટે કાઢો, આ પૂરા કલાકમાં વ્યાયામ, યોગ અને પ્રાણાયામ સિવાય કશું પણ ના કરો.

અધ્યાય - ૩૨

ઉધાર વસૂલવામાં બરબાદ થાય છે સમય

"અફસોસની વાત એ છે કે, સમય ખૂબ જ ઝડપથી ઉડે છે અને સારી વાત એ છે કે, તમે સમયના પાયલટ છો." : માઈકલ અલ્ટશૂલર

ઘણા વર્ષો પછી મારી વાતચીત મારા એક મિત્ર સાથે થઈ. મેં એને પૂછ્યું કે, એનો એનો ધંધો કેવો ચાલી રહ્યો છે? તેણે મને જણાવ્યું કે, તેણે પોતાનો ધંધો બંધ કરી દીધો છે અને હવે તે પ્રાઈવેટ કંપનીમાં નોકરી કરી રહ્યો છે. આ સાંભળીને હું આશ્ચર્યમાં પડી ગયો અને મેં જાણવાની ઈચ્છા દર્શાવી કે, એનો ધંધો તો ખૂબ સારી રીતે ચાલી રહ્યો હતો, તો શા માટે તેણે એ બંધ કરવાની ફરજ પડી!

મારા મિત્રએ મને જણાવ્યું કે, એના પિતાશ્રીનું અવસાન થયું ત્યારબાદ તેણે વેપાર સંભાળી લીધો હતો. અનેક ગ્રાહકો એમની પાસેથી ઉધારમાં માલ ખરીદીને લઈ જતા હતા અને વાયદો કરતા કે, તેઓ આગલી વખતે પૈસા પહોંચાડી દેશે. જ્યારે ફરીથી તેઓ આવતા ત્યારે તેઓ એકલા નહીં પણ એમની સાથે અનેક બહાનાઓ સાથે લઈને આવતા હતા અને હવે પછી ચૂકવણી કરવાનો વાયદો પણ એમાં રહેતો હતો.

થોડા સમય પછી એમણે પોતાના સ્ટાફમાંથી કોઈને મોકલીને નાણાં વસૂલવાનો પ્રયત્ન કર્યો, પછી સ્વયં જઈને એ જ પ્રયાસ કર્યો. જેના કારણે

એમની પૂંજી તો ડૂબતી જતી હતી પરંતુ વારંવાર નાણાં વસૂલવા જવાને કારણે તેઓ ધંધામાં ઓછો સમય ફાળવવા લાગ્યા, જેના કારણે ખૂબ ઝડપથી એમનો વેપાર પ્રભાવિત થવા લાગ્યો. પરિસ્થિતિ એટલે સુધી વણસી ગઈ કે, એમને સ્વયં ઋણ લેવાની ફરજ પડી અને આજે એમને એક પ્રાઈવેટ કંપનીમાં નોકરી કરવી પડી રહી છે.

મેં ક્યાંક વાંચ્યું હતું કે, ઉધાર આપનારની સ્મરણશક્તિ ઉધાર લેનાર કરતાં વધારે સારી હોય છે. હું એમ કહેવા ઇચ્છતો નથી કે, જે દરેક લોકો ઉધાર લે છે, તેઓ એને ચૂકવતા નથી પરંતુ મોટાભાગના લોકોની આવી જ સ્થિતિ હોય છે કે, તેઓ નાણાં લીધા પછી ખૂબ જલ્દી ભૂલી જતા હોય છે.

ઉધાર માત્ર ધન કે નાણાં સુધી સીમિત નથી. અમૂલ્ય વસ્તુઓ, ત્યાં સુધી કે એમાં પુસ્તકોનો પણ સમાવેશ થતો હોય છે. મારી પાસે અનેક લોકોએ વાંચવા માટે પુસ્તકોની માંગણી એવી શરતે કરી હતી કે, તેઓ એને વાંચી લીધા પછી પરત કરી દેશે પરંતુ એ લોકો મને ફરી ક્યારે નજરે પડ્યા નથી.

ઉધાર આપવાની સ્પષ્ટપણે મનાઈ કરી દો, નહીંતર પોતાની જ વસ્તુને પુનઃ પ્રાપ્ત કરવા માટે તમારે એમને વિનવણી કરવાની સાથે અનેક આંટાફેરા પણ કરવા પડશે અને સૌથી અગત્યની બાબત કે, તમારો મૂલ્યવાન સમય એમાં વેડફાઈ જશે.

સમય પ્રબંધન સાથે જોડાયેલી અમલ યોગ્ય ઉપયોગી વાતો :

* એક સિદ્ધાંત બનાવી લો કે, તમે કોઈને પણ ધન કે અન્ય કોઈપણ મૂલ્યવાન સામાન ઉધાર નહીં આપો.
* જો કોઈ વ્યક્તિએ તમારી પાસેથી પહેલાંથી જ ઉધાર લઈ લીધું છે, તો સૌ પ્રથમ તેની પાસે આગળના ઉધારની માંગણી કરો. જો ઈશ્વર કૃપાથી તમને તમારી એ રકમ પાછી મળી જાય, તો પુનઃ ઉધાર આપવાની ભૂલ ના કરશો.

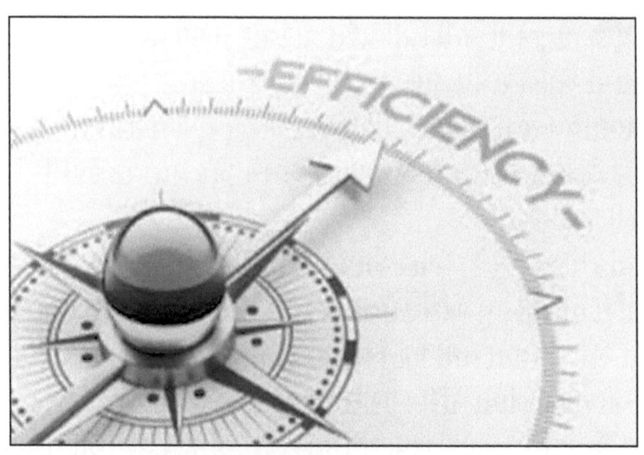

અધ્યાય - ૩૩

ખાલી સમયનો કરો સાર્થક સદુપયોગ

"પોતાના સમયનો ૯૦% હિસ્સો સમાધાન કે ઉકેલ પર કેન્દ્રિત કરો અને ૧૦% હિસ્સો સમસ્યા પર" : એન્થોની જે ડીએન્જેલો

મારે લખનઉ જવાનું હતું અને ટ્રેન પાંચ કલાક મોડી હતી. મારી પાસે બે વિકલ્પ હતા- હું આ ઘટનાને કારણે ક્રોધિત બનીને આ કિંમતી પાંચ કલાકને વેડફી નાંખું અથવા તો આ મૂલ્યવાન સમયનો સદુપયોગ કરું.

ટ્રેન મોડી આવવાને કારણે સ્ટેશન ઉપર વધારે ભીડ એકઠી થઈ ગઈ હતી અને બેસવાની જગ્યાઓ પણ ભરાઈ ગઈ હતી, જેથી હું પ્લેટફૉર્મ ઉપર છેક આગળના ભાગ સુધી ગયો. સૌભાગ્યવશ મને બેસવાની જગ્યા મળી ગઈ અને અહીંયા ખૂબ નહીંવત્ ભીડ હતી.

મેં મારું લેપટોપ બહાર કાઢીને મારા આગામી પુસ્તક ઉપર કામ કરવાનું શરૂ કરી દીધું અને ક્યારે પાંચ કલાક પસાર થઈ ગયા, એની ખબર જ ના પડી. આ પાંચ કલાક દરમિયાન હું મારા પુસ્તકમાં આઠ ડગલાં આગળ વધી ગયો. એટલે કે, મેં બીજા ૮ પેજ (પૃષ્ઠ) લખી લીધા. જો હું મારા આ પાંચ કલાકના સમયનો સદુપયોગ ના કરતો, તો મારું નવું પુસ્તક ત્યાંનું ત્યાં જ રહેતું.

કેમ કે હું એક લેખક છું આથી, મેં મારા સમયનો સદુપયોગ મારા નવા પુસ્તકને લખવા માટે કર્યો. તમે પણ તમારા સમયનો સદુપયોગ કરી શકે છો,

જેની અનેક પદ્ધતિ હોઈ શકે છે.

- પોતાના કામની યાદી (ચેકલિસ્ટ)ને ખોલીને એ સમયમાં જે શક્ય હોય એ કામને નિપટાવી લો.
- એક સારું પુસ્તક વાંચીને પોતાની જાણકારીમાં વૃદ્ધિ કરો.
- આગળની યોજના /આગળનું પ્લાનિંગ બનાવો.
- પોતાના કોઈ મિત્રને ફોન કરીને તેના ખબર-અંતર જાણી લો.
- પોતાના ઘેર ફોનકરી કોઈ કામની સોંપણી કરો અથવા તો એ કામ કેવી રીતે પૂર્ણ થશે તેના દિશાનિર્દેશ આપો.
- જો ભવિષ્યમાં કોઈ ઉત્પાદન ખરીદવાની ઇચ્છા ધરાવો છો, તો એ અંગેની માહિતી ઇન્ટરનેટ દ્વારા મેળવો અથવા તો હેલ્પલાઇન ઉપર ફોન કરીને માહિતી પ્રાપ્ત કરવી વગેરે.

આ સૂચન માત્ર ઉદાહરણના રૂપમાં તમને આપવામાં આવી રહ્યા છે. તમારી પ્રાથમિકતા અને કાર્યક્ષેત્ર ભિન્ન હોઈ શકે છે, આથી તમે તમારું કાર્ય નિર્ધારણ સ્વયં કરો. સૌથી મહત્ત્વપૂર્ણ બાબત તો એ છે કે, તમે દરેક સંજોગોમાં પોતાની એક ક્ષણનો પણ વ્યય કરશો નહીં અને તમારા મૂલ્યવાન સમયનો સદુપયોગ કરો.

સમય પ્રબંધન સાથે જોડાયેલી અમલ યોગ્ય ઉપયોગી વાતો :

★ જ્યારે ટ્રેન મોડી પડે અથવા તો કોઈ ડૉક્ટરને ત્યાં વધારે સમય લાગતો હોય તો આવી સ્થિતિમાં ક્રોધિત થવું નહીં કે ના તો ચિડાઈ જવું. સમજણપૂર્વક એ વિચાર કરવો કે, આ કિંમતી સમયનો સદુપયોગ કયા કામમાં થઈ શકે છે.

★ પોતાના કરવામાં આવનાર કામોની યાદી(ચેકલિસ્ટ) અત્યંત મહત્ત્વપૂર્ણ છે. કારણ કે, આ લિસ્ટથી આપણને અગાઉથી જાણ રહે છે કે, આપણે શું કરવાનું છે અને જ્યારે તમારી પાસે વ્યર્થ સમય હોય, ત્યારે એ લિસ્ટના કામોને પૂર્ણ કરવાના કામથી વધારે સારું બીજું શું કામ હોઈ શકે.

અધ્યાય - ૩૪

લોમ્બાર્ડી ટાઈમ

"પ્રત્યેક ક્ષણ તમે ખુદ પોતાની જિંદગીની વાર્તા લખી રહ્યા છો."
: હશ્વવર્ડ માર્ટિન

વિંસ લોમ્બાર્ડી એક મહાન કૉચ હતા જેમણે લોમ્બાર્ડી ટાઈમ શબ્દનો આવિષ્કાર કર્યો હતો. વિંસ લોમ્બાર્ડી પોતાના ખેલાડીઓ અને કૉચો પાસે એવી અપેક્ષા રાખતા હતા કે, ભલે મિટિંગનો સમય હોય કે પ્રેક્ટિસનો સમય હોય દરેકે નિર્ધારિત સમય કરતાં ૧૫ મિનિટ પહેલાં પહોંચવાનું છે અને જો તેઓ એ પ્રમાણે કરી શકતા ન હતા, તો તેઓને લેટ માનવામાં આવતા હતા. આ સમયને ત્યારથી 'લોમ્બાર્ડી ટાઈમ' તરીકે ઓળખવામાં આવવા લાગ્યો એટલે કે, નિર્ધારિત સમય કરતાં ૧૫ મિનિટ પહેલાં. આ પ્રમાણે વિંસ લોમ્બાર્ડીએ પોતાની ટીમને ના માત્ર આત્મ-અનુશાસિત બનાવી, બલ્કે એને એક વિજેતા પણ બનાવી.

જ્યારે આપણે સ્કૂલમાં અભ્યાસ કરતા હતા, ત્યારે જે વિદ્યાર્થી સ્કૂલમાં આવવાના નિર્ધારિત સમય કરતાં લેશમાત્ર મોડાં પડતાં, તો એમને એક કલાક સુધી ઊભા રહેવાની શિક્ષા કરવામાં આવતી હતી. જો વિદ્યાર્થીએ એ લોમ્બાર્ડી ટાઈમનો ઉપયોગ કર્યો હોત, તો તેઓ શિક્ષાથી તો બચી જતા. એટલું જ નહીં, એમનો કિંમતી એક કલાક પણ બચી જતો.

શું તમે ક્યારેય તમારી ટ્રેન ચૂકી ગયા છો. યાદ કરો કે માત્ર થોડી મિનિટો તમે મોડાં પડ્યા અને અને થોડી મિનિટોના વિલંબને કારણે તમારે કેટલા પાપડ વણવા પડ્યા. તમારા નાણાં અને સમયનું તો તમને નુકસાન થયું, સાથે-સાથે તણાવનો ભોગ બન્યા એ અલગ.

જો આપણે લોમ્બાર્ડી ટાઇમનો ઉપયોગ કર્યો હોત, તો આપણી ટ્રેન આપણે ક્યારેય ચૂક્યા ન હોત.

લોમ્બાર્ડી ટાઇમનો સૌથી મોટો લાભ તો એ છે કે, તમે સ્વયં આત્મ-અનુશાસિત બનો છો. તમારી અંદર એ ટેવ આપોઆપ ઘડાઈ જાય છે કે, તમે દરેક જગ્યાએ નિર્ધારિત સમય કરતાં પહેલાં જ પહોંચી જાઓ છો. જેઓ સમયની કદર કરે છે તેવા લોકોને ખૂબ આદરભાવથી જોવામાં આવે છે. આ પ્રકારે સમયની કદર કરનારા ખૂબ ઓછા લોકો હોય છે અને આવા લોકોની અત્યંત પ્રશંસા કરવામાં આવતી હોય છે. જ્યારે પ્રમોશનની વાત આવે ત્યારે પણ એવા લોકોને પ્રાથમિકતા આપવામાં આવે છ, જેઓ સમયની કદર કરતા હોય છે. તમે પણ આ યાદીમાં સામેલ થઈ શકો છો, તમારે માત્ર તમારા જીવનમાં લોમ્બાર્ડી ટાઇમને તમારા જીવનનું એક અંગ બનાવી લેવાનું છે.

સમય પ્રબંધન સાથે જોડાયેલી અમલ યોગ્ય ઉપયોગી વાતો :

★ લોમ્બાર્ડી ટાઇમને પોતાના જીવનનો એક ભાગ બનાવી લો, અને દરેક જગ્યાએ નિર્ધારિત સમય કરતાં ૧૫ મિનિટ વહેલાં પહોંચો.

★ શું તમે ભીડમાં સૌથી અગ્રસ્થાને રહો એવું ઇચ્છો છો?તો લોમ્બાર્ડી ટાઇમને આત્મસાત કરી લો. કારણ કે, આજના સમાજમાં મોટાભાગના લોકો પોતાના અને બીજાના સમયની કદર કરતા નથી.

અધ્યાય - ૩૫

ડિજિટલ યુગમાં ટાઈમ મેનેજમેન્ટ

"બે કામ એક સાથે કરવાનો અર્થ છે કે, એક કાર્ય પણ યોગ્ય રીતથી ના કરવું." : પબ્લિયસ સાઈરસ

આજે આપણે ગમે તે દિશામાં જુઓ, એ દિશામાં તમને દરેકના હાથમાં એક અત્યાધુનિક મોબાઈલ ચોક્કસ જોવા મળશે. મેં આ અગાઉ એક અધ્યાયમાં લખ્યું હતું કે, ટેક્નોલોજીને તમે પોતાની મિત્ર બનાવી શકો છો અથવા શત્રુ. ટેક્નોલૉજીને તમે શું બનાવવાઈચ્છો છો, એનો નિર્ણય સંપૂર્ણ રીતે તમારા પર આધારિત છે. મેં આ ટેક્નોલૉજીને મારી મિત્ર બનાવી લીધી છે. હું મારા ઍન્ડ્રોઈડ મૉબાઈલનો ઉપયોગ ટાઈમ મેનેજમેન્ટ કરવા માટે અત્યંત સફળતાપૂર્વક કરી રહ્યો છું.

આમ તો તમારી પાસે ટાઈમ મેનેજમેન્ટ કરવા માટે અનેક 'ઍપ'ના વિકલ્પ ઉપલબ્ધ છે પરંતુ હું ખુદ colornote નામની ઍપનો ઉપયોગ કરવાનું વધારે પસંદ કરું છું. જેને મેં ગુગલ ઍપ સ્ટોર પરથી ડાઉનલોડ કરી હતી. આ ઍપમાં આપવામાં આવેલ કેલેન્ડરમાં હું એ દિવસ માટેનું ચેકલિસ્ટ બનાવી લઉં છું.

ચેકલિસ્ટ તો તમે એક સ્પાઈરલ નોટબુક પર પણ બનાવી શકો છો પરંતુ colornoteના કેલેન્ડર પર ચેકલિસ્ટ બનાવવાનો ફાયદો એ છે કે :-

- તમે ભવિષ્યના કોઈપણ દિવસ માટે પણ ચેકલિસ્ટ બનાવી શકો છો.
- દરેક નવા દિવસની શરૂઆતમાં એ દિવસનું ચેકલિસ્ટ આપમેળે તમને બતાવશે. (જો તમે એ દિવસ માટે ચેકલિસ્ટ બનાવ્યું છે તો.)
- કામના મહત્ત્વ અનુસાર એ કામને તમે ચેકલિસ્ટની યાદીમાં ખૂબ સરળતાપૂર્વક ઉપર-નીચે ફેરવી શકો છો.
- ચેકલિસ્ટમાં જો ભૂલથી કોઈ કામને રદ કરી દીધું, તો તમે એને સરળતાથી પુનઃગોઠવી શકો છો.
- બાકી રહેલા કાર્યોને તમે સરળતાથી કૉપી કરીને આગલા દિવસ માટેના ચેકલિસ્ટમાં ઉમેરી શકો છો.
- ઉદાહરણસ્વરૂપે માની લો કે, તમને એ યાદ રહ્યું નથી કે તમે ક્યારે મોટરસાયકલ ખરીદી હતી? અને જો તમે એને તમારા કોઈ ચેકલિસ્ટમાં લખેલું છે તો colornoteમાં માત્ર એક જ કી-વર્ડ "મોટરસાયકલ" લખી સર્ચ કરવાથી એ તમામ ચેકલિસ્ટ સામે આવી જશે, જેમાં "મોટરસાયકલ" લખ્યું છે.
- આ કેટલાક લાભ છે, જે મેં મેળવ્યા. આવી અનેક ઍપ અનેક વિશેષતાઓ સાથે આ ડિજિટલ યુગમાં આપણી પાસે ઉપલબ્ધ છે. ઍપની પસંદગી કરતાં પહેલાં એ જાણી લેવું જરૂરી છે કે, તમારી આવશ્યકતાઓ કેવા પ્રકારની છે અને તમે જેની પસંદગી કરવા જઈ રહ્યા છો, એનો ઉપયોગ કર્યા પછી લોકોએ એ અંગે સંતુષ્ટિની શું રેટિંગ આપી છે.

સમય પ્રબંધન સાથે જોડાયેલી અમલ યોગ્ય ઉપયોગી વાતો :

* આજે જ ગૂગલ પર સર્ચ કરો કે, કઈ to do list અથવા check listની ઍપ તમારા મૉબાઈલના પ્લેટફૉર્મ માટે ઉપલબ્ધ છે, એને ડાઉનલોડ કરો અને આ ડિજિટલ યુગની દોડમાં સામેલ થઈ જાઓ.
* શરૂઆતમાં અનેક ઍપ ડાઉનલોડ કરીને જોઈ જુઓ. થોડા દિવસ પ્રયોગ કર્યા પછી આવી ઍપ જે તમારી આવશ્યકતા અનુસાર સૌથી યથાયોગ્ય તમને લાગે એને રહેવા દો અને બાકીની ડિલીટ કરી દો.
* જો તમે આઇફોનનો ઉપયોગ કરી રહ્યા છો, તો એપ્પલ ઍપ સ્ટોરમાં ચેક કરો.

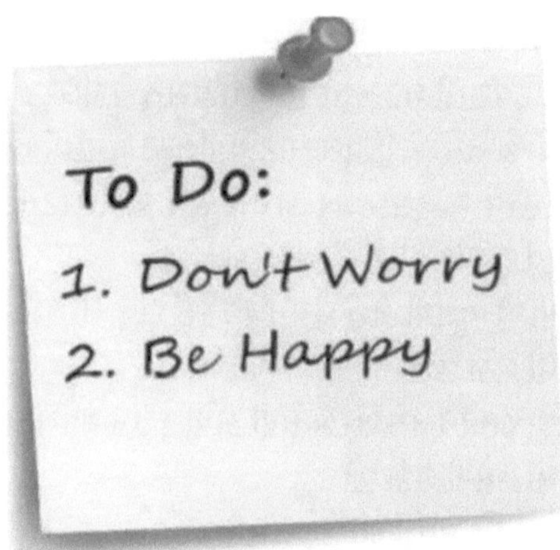

અધ્યાય - ૩૬

નાની-નાની બાબતોને મુદ્દો ન બનાવો અને સમય બચાવો

"અમીર બનવાનો અર્થ છે- પૈસા હોવા, ખૂબ અમીર હોવાનો અર્થ છે- સમય હોવો." : મારગ્રેટ બોનાનો

એક નાનકડો તણખો એક ભયાનક અગ્નિનું સ્વરૂપ ધારણ કરી શકે છે, એ જ પ્રમાણે એક નાની વાત મોટી થઈને બીજી અનેક સમસ્યાઓને ઉત્પન્ન કરી શકે છે. સમજદારી એમાં છે કે, નાની-નાની વાતોને મુદ્દો ન બનાવવામાં આવે બલ્કે સોનેરી ભવિષ્ય તરફ પગલું ઉઠાવવામાં આવે.

બાળપણના બે મિત્રો એક સાથે ભણ્યા અને જીવનમાં આગળ વધ્યા. એક દિવસ એક મિત્રએ મશ્કરી કરી, જેને બીજા મિત્રએ પોતાના મન પર લઈને પોતાના અહમ્‌નો મુદ્દો બનાવી લીધો. એક નાનકડી મશ્કરીએ મિત્રતા અને સંબંધોને સંપૂર્ણ રીતે સમાપ્ત કરી દીધા. આ ઘટનાએ બન્ને મિત્રોને તણાવમાં મૂકી દીધા અને એમની એકાગ્રતા અને માનસિક શાંતિ હણી લીધી અને જે સમય એમના પોતાના કામ માટે વપરાવવો જોઈતો હતો, હવે એનો ઉપયોગ ઈર્ષ્યા અને ચિંતામાં થવા લાગ્યો.

આ બન્ને મિત્રો પાસે બે વિકલ્પ હતા, એક તો તેઓ પોતાની વાતને પકડીને

બેસી રહે, ચિંતા અને ઈર્ષ્યામાં સમયને વેડફી નાંખે અને પોતાનું ભવિષ્ય અંધકારમય બનાવી લે અથવા તો પરિપક્વતા દર્શાવીને સમાધાન કરી લે, એ ભૂલનું પુનરાવર્તન ન કરવાનું પ્રણ લે અને જીવનમાં આગળ વધે.

ક્ષમા આપવી એ નિર્બળતાની નિશાની નથી બલ્કે એ તો સુખી જીવનની ચાવી છે. જ્યારે તમે ક્ષમા આપતા નથી, ત્યારે તમારી સ્થિતિ જેલર અને કેદીની સ્થિતિ જેવી થઈ જતી હોય છે.જેલરને પોતાની ફરજ ઉપર ૨૪ કલાક માટે હાજર રહેવું પડતું હોય છે, જેથી એ કેદીનું ધ્યાન રાખી શકે. જેને કારણે જેલર કેદી ઉપર સતત પોતાની નજર રાખવા સિવાય બીજું કોઈ કામ કરી શકતો નથી. આ વાંચ્યા પછી હું એવી અપેક્ષા નથી રાખતો કે, તમે હવે પછી જેલર બનવાનો નિર્ણય કરશો.

તેઓ માટે નહીં પરંતુ પોતાને માટે બીજાને ક્ષમા આપવી. તમારી પોતાની માનસિક શાંતિ તથા સૌથી મહત્ત્વપૂર્ણ તો તમારા પોતાના મૂલ્યવાન સમય માટે.

સમય પ્રબંધન સાથે જોડાયેલી અમલ યોગ્ય ઉપયોગી વાતો :

- ★ સામાન્ય જીવનનું સૌથી સારું ઉદાહરણ આપણને રસ્તાને જોવાથી પ્રાપ્ત થાય છે.એક વ્યક્તિની મોટરસાયકલ અજાણતા જ કોઈ બીજી કોઈ વ્યક્તિની મોટરસાયકલ સાથે અથડાય જાય છે, બન્નેમાંથી એક પણ પક્ષ પોતાની ભૂલ સ્વીકારવા કે ક્ષમા આપવા તૈયાર થતા નથી. એક નાની વાત ખૂબ લાંબી ખેંચાઈ જાય છે અને એ મામલાને શાંત પાડવા પોલીસને મધ્યસ્થી કરવી પડે છે. એ કારણે આવા પ્રકારની નાની-નાની ઘટનાઓથી બચવું અને ભૂલ થઈ જાય ત્યારે જ ક્ષમા માંગી લેવી અને વાતનો ત્યાં જ નીવેડો લાવીને પોતાના કિંમતી સમયને બચાવી લેવો.
- ★ માનસિક શાંતિને પોતાની સર્વોચ્ચ પ્રાથમિકતા બનાવી લો. ના તો જેલર બનો કે ના તો કોઈને કેદી બનાવો, એમની નહીં પરંતુ પોતાના માટે બીજાને ક્ષમા કરો અને ઈશ્વર પાસે સદ્‌બુદ્ધિ માટે પ્રાર્થના કરો.

અધ્યાય - ૩૭

વિશેષ તારીખોનું રાખો વિશેષ ધ્યાન

"અમીર લોકો સમયમાં રોકાણ કરે છે, ગરીબ લોકો ધનમાં રોકાણ કરે છે." : વૉરેન બફેટ

દરેક વ્યક્તિનું કર્તવ્ય હોય છે કે, તેઓ ધન અર્જિત કરે અને એ ધનની બચાવે. ધનને અર્જિત કરવામાં સમય લાગતો હોય છે. જો તમે તમારું ધન ગુમાવી બેઠા, તો તમે એક પ્રકારે તમે તમારો સમય પણ ગુમાવી દીધો કારણ કે મોટાભાગની સ્થિતિઓમાં ધન અર્જિત કરવામાં સમયનું રોકાણ કરવું પડતું હોય છે.

જો તમને વધારે પૈસા કમાવવા માટે નવા માર્ગો દેખાતા ન હોય, તો પણ એ સુનિશ્ચિત કરો કે તમે કોઈપણ પ્રકારે ધનને ગુમાવો નહીં. એનો એક સરળ ઉપાય છે "વિશેષ તારીખોનું વિશેષ ધ્યાન રાખવું."

"વિશેષ તારીખો"ની અંતર્ગત

- વીજળી બિલની ચૂકવણીની અંતિમ તારીખ
- આવકવેરાની ચૂકવણીની અંતિમ તારીખ
- સ્કૂલ અને કૉલેજોની ફીની ચૂકવણીની અંતિમ તારીખ

- ફોન અને ઈન્ટરનેટના બિલની ચૂકવણીની અંતિમ તારીખ
- પોતાની લોનના હપ્તાઓની ચૂકવણીની અંતિમ તારીખ
- પોતાના ક્રેડિટ કાર્ડના હપ્તાઓની ચૂકવણીની અંતિમ તારીખ

વગેરે જેવી બાબતો આવે છે. જો તમે એની સમયસર ચૂકવણીનહીં કરો, તો વિલંબિત ચૂકવણી પેટે તમારે વધારે નાણાં ચૂકવવા પડે છે અને આ વધારાના નાણાં કમાવવા માટે તમારે વધારે સમય સુધી કામ કરવું પડે છે, જેને સરળ ભાષામાં સમયનો બગાડ કહેવામાં આવે છે.

પોતાના કેલેન્ડર ઉપર નોંધ કરી લો અથવા એક નિશાની બનાવી લો કે, મહિનાના કયા વિશેષ દિવસે તમારે કઈ ચૂકવણી કરવાની છે. એ તમારો નક્કી કરેલ દિવસ ચૂકવણીની તારીખ કરતાં પાંચ દિવસ આગળનો હોવો જોઈએ. કારણ કે, જો અનિવાર્ય કારણોસર એ દિવસે તમે ચૂકવણું ન કરી શક્યા, તો પણ તમારી પાસે પાંચ દિવસનો વધારાનો સમય બચે છે.

નિયમિત રૂપે આ પ્રમાણે કેલેન્ડરનો ઉપયોગ કરવાનો બીજો ફાયદો એ પણ છે કે, આ સારી ટેવ વિકસિત કરવાથી તમે પોતાને વધારે આત્મ-અનુશાસિત જોઈ શકશો. જેના કારણે માત્ર તમારા નાણાં અને સમય પણ બચશે એટલું જ નહીં તમે ખુદ દરેક પરિસ્થિતિઓને નિયંત્રિત કરી શકશો.

સમય પ્રબંધન સાથે જોડાયેલી અમલ યોગ્ય ઉપયોગી વાતો :

- ✶ આજે જ દીવાલ ઉપર લટકાવવા માટે એક એવા કેલેન્ડરની વ્યવસ્થા કરી લો, જેમાં તમે આ "વિશેષ તારીખો"ને લખી શકો અને એનું વિશેષ ધ્યાન રાખી શકો.
- ✶ જો તમને આવી કેલેન્ડરવાળી પદ્ધતિ પસંદ નથી, તો તમારા મોબાઈલના કેલેન્ડરમાં એક રિમાઈન્ડર સેટ કરી દો અને સમય અગાઉ ચૂકવણી કરીને પોતાના નાણાં તથા સમય બન્નેને બચાવો.

"I am Responsible"

અધ્યાય - ૩૮

કાર્યને મંજિલ સુધી પહોંચાડવાની જવાબદારી ખુદ લો

"જો તમે સમયનું મહત્ત્વ નથી જાણતા, તો તમારો જન્મ કંઈક મોટું કરવા માટે નથી થયો." : અજ્ઞાત

આ ધરતી ઉપર તમને સૌથી વધારે વિશ્વાસ તમને તમારી જાત ઉપર હોવો જોઈએ. તમે ૨૪ કલાક અને ૩૬૫ દિવસ પોતાની સાથે જ રહો છો. તમે તમામ કાર્યમાં બીજાની સહાયતા લઈ શકો છો અથવા તો એ કાર્યને કોઈ બીજાને પણ સોંપી શકો છો અથવા તો એ કાર્ય માટે બીજી કોઈ વ્યક્તિની નિમણૂક કરી શકો છો, પરંતુ તમે ક્યારેય એવી અપેક્ષા નહીં રાખી શકો કે, તમારું કાર્ય પૂરું થઈ જશે, જ્યાં સુધી તમે સ્વયં એ ચકાસણી નહીં કરી લો કે, કાર્ય યોગ્ય રીતે પૂરું થઈ ગયું છે.

જો કામ યોગ્ય રીતે અથવા સમય પર પૂરું ન થાય, તો તમે એ કામ માટે જવાબદાર વ્યક્તિને ઠપકો આપી શકો છો અથવા કાઢી શકો છો પણ એ કામમાં લાગતા સમયની ભરપાઈ નથી કરી શકતા.

થોડા દિવસો અગાઉ મેં ઈન્ટરનેટ ઉપર એક ઘટના વિશે વાંચ્યું, એક વ્યક્તિએ પોતાના કર્મચારીને એક મહત્ત્વપૂર્ણ દસ્તાવેજ/કાગળ ABC સ્થળે XYZ વ્યક્તિને આપવા માટે જણાવ્યું. કર્મચારી ABC સ્થળ પર ગયો અને અને ત્યાં એણે XYZ વિશે પૂછ્યું, તો એને ખબર પડી કે, XYZ ક્યાંક કામથી બહાર ગયા છે. આ જાણકારી પ્રાપ્ત કરીને કર્મચારીએ એમને આગ્રહ કર્યો કે, જ્યારે પણ XYZ આવે, તો કૃપા કરીને એમને આ દસ્તાવેજ/કાગળ આપી

દેજો. જ્યારે XYZ ઑફિસ પહોંચ્યા, તો તે માણસ ઘેર જઈ ચુક્યો હતો અને આથી, XYZની પાસે એ મહત્ત્વપૂર્ણ દસ્તાવેજ/કાગળ ના પહોંચ્યો.

ના તો એ કર્મચારીએ આ વિષયમાં માલિકને જણાવ્યું અને ના તો માલિકે એ કર્મચારીને પૂછીને એવી ખાતરી કરી કે, એ મહત્ત્વપૂર્ણ દસ્તાવેજ/કાગળ XYZ વ્યક્તિ સુધી પહોંચી ગયો છે કે નહીં. કર્મચારીએ એવું માની લીધું હતું કે, એ ભલા માણસે એ મહત્ત્વપૂર્ણ દસ્તાવેજ/કાગળ XYZ વ્યક્તિને આપી દીધો હશે અને માલિક એવું માની બેઠા હતા કે, એ મહત્ત્વપૂર્ણ દસ્તાવેજ/કાગળ કર્મચારીએ XYZ વ્યક્તિને સફળતાપૂર્વક પહોંચતો કરી દીધો છે.

આ XYZ વ્યક્તિ શહેરના સૌથી મોટા વકીલ હતા અને એ મહત્ત્વપૂર્ણ દસ્તાવેજ/કાગળ એમના કેસ સંબંધિત અગત્યના પ્રમાણ હતા, જેને તેઓએ આગલા દિવસે કોર્ટમાં રજૂ કરવાના હતા. કેમ કે, એમની પાસે એ મહત્ત્વપૂર્ણ દસ્તાવેજ/કાગળ પહોંચ્યા જ નહીં આથી નિર્ણય પણ એમના પક્ષમાં આવ્યો નહીં.

આવી બેદરકારીના કારણે માલિકના પૈસા અને સમય બંને બરબાદ થયા, જ્યારે કર્મચારીની માત્ર નોકરી ગઈ. થોડા સમય પછી કર્મચારીને એક અન્ય જગ્યાએ બીજી નોકરી મળી ગઈ, જ્યારે આ લાપરવાહીના કારણે માલિકની સ્થિતિ દયનીય બની ગઈ.

હું એ નથી કહી રહ્યો કે, તમે લોકોને કામ બિલકુલ ના સોંપો, એવું શક્ય જ નથી. બસ કામ સોંપ્યા પછી એ ના માનો કે, કામ પૂરું થઈ ગયું હશે, જ્યાં સુધી તમે ખુદ એની તપાસ કરીને એ સુનિશ્ચિત ના કરી લો, કે કામ યોગ્ય રીતથી પૂરું થઈ ગયું છે.

સમય પ્રબંધન સાથે જોડાયેલી અમલ યોગ્ય ઉપયોગી વાતો :

- ★ જ્યારે પણ કોઈ વ્યક્તિને કોઈ કામ સોંપો, તો એમને સ્પષ્ટ કરો કે, અપેક્ષિત પરિણામ શું છે? ભૂલો થવા પર તુરંત સુધાર કરવાથી સમય બચે છે. આથી જ્યાં સુધી કામ પૂરું ન થઈ જાય, ત્યાં સુધી નિયમિત રૂપથી કાર્યની પ્રગતિ વિશે જાણકારી લેતા રહો.
- ★ મહેનતની સાર્થકતા અડધા-અધૂરા કામથી નહીં, બલ્કે કામની પૂર્ણતાથી થાય છે. આથી, અનુમાન ના લગાવો બલ્કે ખુદ તપાસો કે, કામ પૂરું થયું કે નહીં. અનુમાન લગાવવા પર મોટાભાગે નિરાશા જ હાથ લાગેછે અને કિંમતી સમય નષ્ટ થાય છે.

અધ્યાય - ૩૯

પ્લાન Bને અગાઉથી તૈયાર રાખો

"જે લોકો સમયનો સૌથી ખરાબ પ્રયોગ કરે છે, સૌથી પહેલાં તેઓ જ એની ઉણપના રોતલવેડા કરે છે." : જીન ડે લા બ્રુયર

ધનતેરસનો દિવસ હતો, સ્વાભાવિક રીતે શહેરના બધાં લોકો ખરીદી માટે નીકળી પડ્યા હતા. હું પણ ખરીદી કરવા માટે નીકળ્યો હતો. થોડા સમય સુધી ખરીદી કર્યા પછી હું મારી ગાડીમાં ઘેર પરત જવા માટે નીકળ્યો. પણ થોડે જ દૂર મને લાંબો ટ્રાફિક જામ જોવા મળ્યો. આ માર્ગ ઉપર જવાનો અર્થ એટલે ઓછામાં ઓછું બે કલાકની બરબાદી. મેં તત્કાળ ગાડીને પાછી વાળી અને બીજો રસ્તો પકડ્યો. થોડે દૂર ગયા પછી ફરી એ જ ટ્રાફિક જામ મળ્યો, મેં ફરી ગાડીને પાછી વાળીને એક નવો માર્ગ પકડ્યો અને આ વખતે પણ થોડે દૂર ગયા પછી મને ફરી ટ્રાફિક જામ જોવા મળ્યો! હવે ચોથીવાર મેં ગાડીને વાળી અને એક નવો માર્ગ લીધો અને છેવટે હું ઘેર પહોંચી ગયો.

હું એવા વિચારમાં પડી ગયો કે, આ તો મારું શહેર હતું પરંતુ જો મારી સાથે આ પ્રકારની ઘટના રાત્રિના સમયે અન્ય કોઈ શહેરમાં ઘટી હોત (જે શહેર અંગે હું વધારે જાણતો નથી) તો શું થતું? ટ્રાફિક જામ છતાં હું એ જ માર્ગે આગળ વધતો રહેતો અથવા તો કોઈ બીજી વ્યક્તિને બીજો રસ્તો પૂછીને હું આગળ વધતો અને મારી મંજિલ સુધી પહોંચી જતો. એ વાત તો પાક્કી છે કે, હું સ્વયં જે માર્ગ જાણું છું એના કરતાં બીજી કોઈ વ્યક્તિને પૂછી પૂછીને મારી મંજિલ સુધી પહોંચવામાં મને ઘણો બધો સમય લાગી જતો. આ વિચારથી

મારા મસ્તિષ્કમાં એક વિચાર ઉદ્ભવ્યો. એ વિચાર આ હતો, જીવનમાં દરેક મહત્ત્વપૂર્ણ કાર્ય માટે એક વધારાનો પ્લાન B તૈયાર રાખવો. જેને સરળ શબ્દોમાં કહેવામાં આવે તો આમ કહી શકાય કે, જો તમારો પ્લાન A નિષ્ફળ બની જાય, તો પ્લાન Bને અમલમાં લાવો. પ્લાન A જે સામાન્ય માર્ગ કે પદ્ધતિ છે. જેને તમે સામાન્ય પરિસ્થિતિઓમાં અપનાવો છો. પ્લાન B એક વધારાનો વિકલ્પ છે, જે પ્લાન Aની નિષ્ફળતા પછી અમલમાં મૂકવામાં આવે છે. પ્લાન Bથી સમયની ખૂબ સારી એવી બચત થતી હોય છે કારણ કે, પ્લાન Bમાં તમારી પાસે અગાઉથી જ વિકલ્પ હાજર હોય છે.

ઉદાહરણ માટે હું મારા જ લેપટૉપની વાત કરું, તો મારા લેપટૉપના જે નિયમિત મિકેનિક છે, તેઓ જો એક સપ્તાહ માટે શહેરની બહાર ચાલ્યા જાય, તો મારે એક સપ્તાહ સુધી રાહ જોવી પડે અથવા તો બીજા મિકેનિકનો સંપર્ક કરવો પડે. આ સ્થિતિમાં મારે નવા મિકેનિક શોધવામાં સમય આપવો પડશે. જેના કારણે મારો સમય વેડફાઈ જશે. આ સ્થિતિમાં યોગ્ય એ જ થઈ શકે કે, હું પહેલાંથી પ્લાન B તૈયાર રાખું એટલે કે બીજા મિકેનિકનો નંબર તૈયાર રાખું, જેથી જ્યારે મારે જરૂર પડે ત્યારે એમને શોધવામાં સમય બગાડવો ના પડે.

પ્લાન Bનો ઉપયોગ આપણા જીવનમાં લક્ષ્યાંકો અને દૈનિક જીવનની આવશ્યકતાઓ સહિત દરેક બાબતોમાં સફળતાપૂર્વક કરી શકાય છે. તમે તમારા જીવન દરેક ક્ષેત્રમાં જેટલી કુશળતાપૂર્વક પ્લાન Bને અગ્રિમ રૂપે તૈયાર રાખો છો, એટલા તમે જીવનમાં વધારે આગળ વધી શકો છો.

સમય પ્રબંધન સાથે જોડાયેલી અમલ યોગ્ય ઉપયોગી વાતો :

★ ઈલેક્ટ્રિશિયન, પ્લમ્બર, સુથાર, ડ્રાઈવર વગેરે લોકો માટે પ્લાન B તૈયાર રાખો, જેથી જ્યારે જરૂરિયાત ઊભી થાય, એમને શોધવામાં સમય બરબાદ ન થાય.

★ પોતાના કાર્યો સાથે સંકળાયેલા ક્ષેત્રમાં પણ પ્લાન B તૈયાર રાખો, જેમ કે, અન્ય સંભવિત અને વૈકલ્પિક નોકરીઓ કે વ્યવસાય.

★ અંગ્રેજીમાં એક કહેવત છે- "Error prevention is better than error correction" એટલે કે ''ભૂલો થાય એ પહેલાં એને રોકી લેવી, ભૂલોને સુધારવા કરતાં વધારે સારું છે.'' જો તમે આ સિદ્ધાંતનું પાલન કરશો, તો પણ તમે તમારા સમયની બચત કરી શકશો.

અધ્યાય - ૪૦

સ્પષ્ટતા સમયને બચાવે છે

"જેઓને "સમય" અને "સમજ" એક સાથે મળે છે, તેવા લોકો અત્યંત સૌભાગ્યશાળી હોય છે, કારણ કે હંમેશાં "સમજ" "સમય"સર આવતી નથી અને જ્યારે "સમજ" આવે છે ત્યારે "સમય" હાથમાંથી સરકી ગયો હોય છે." : અજ્ઞાત

મારા એક મિત્ર, જેઓ કાપડના વેપારી છે. હું એમની દુકાન પર હતો અને એમના સેલ્સમેનને ગ્રાહકોને કપડાં બતાવતા જોઈ રહ્યો હતો. સેલ્સમેન યુવાન વ્યક્તિ હતો અને તેનામાં સૌથી સારી વાત એ હતી કે, એ અત્યંત આકર્ષક સ્મિત સહિત અને જબરદસ્ત ઉત્સાહ સહિત ગ્રાહકોની સાથે વાતચીત કરી રહ્યો હતો. ત્યાં બેઠા બેઠા મેં એ સેલ્સમેનની વિશેષતા જોઈ. પ્રત્યેક ગ્રાહકના આગમન સાથે એ અત્યંત ઉમળકાભેર એમનું સ્વાગત કરતો હતો, પછી એક પ્રશ્નોની શ્રૃંખલા ગ્રાહકોની સમક્ષ મૂકી દેતો. તેના પ્રશ્નો કંઈક આવા પ્રકારના હતા :-

- સર, હું આપની શું સેવા કરી શકું છું?
- આપ કેવા પ્રકારનું શર્ટ જોવાનું પસંદ કરશો હાફ કે ફૂલ?
- કલર કેવો પસંદ કરશો લાઈટ કે ડાર્ક?
- આપનો મનપસંદ કલર કયો છે?

સેલ્સમેન આવા પ્રકારના અનેક પ્રશ્નો પ્રત્યેક ગ્રાહકને પૂછી રહ્યો હતો અને ગ્રાહકના પ્રત્યેક ઉત્તરની સાથે સેલ્સમેન અધિક આત્મવિશ્વાસ સહિત સામાન બતાવી રહ્યો હતો. મોટાભાગના ગ્રાહક સામાન પણ ખરીદી રહ્યા હતા.

મેં એ સેલ્સમેનથી પ્રભાવિત થઈને મારા મિત્ર આગળ તેના વખાણ કર્યા કે કેટલી સરસ રીતે એ ગ્રાહકો સાથે ડીલ કરી રહ્યો છે. મારા મિત્રએ મને જણાવ્યું કે, એ સેલ્સમેનનો ઉત્સાહ તો પ્રશંસનીય છે જ બલ્કે એના કરતાં પણ વધારે પ્રશંસાને પાત્ર તો એ સેલ્સમેનની ગ્રાહકો પાસેથી તેના પ્રશ્નોના જવાબો મેળવવાની ક્ષમતા છે. દરેક પ્રશ્નો ગ્રાહકોની દ્વિધાને દૂર કરે છે અને ગ્રાહક સ્વયં સ્પષ્ટપણે જણાવી દે છે કે, એમને શું જોઈએ છે? એ જાણીને સેલ્સમેનમાં પણ આત્મવિશ્વાસ આવી જાય છે અને તેઓને એ ગણ્યાગાંઠ્યા જ ઉત્પાદનો બતાવીને સામાન વેચી દે છે. જો એ પ્રશ્નો ના પૂછે, તો ગ્રાહક દ્વિધામાં જ રહે, અને વધારે ને વધારે સામાન કઢાવશે અને ગ્રાહકને શું જોઈએ છે તેની માહિતીના અભાવે સેલ્સમેનમાં પણ આત્મવિશ્વાસનો અભાવ આવી જશે અને સંભવતઃ તે એમને એ સામાન વેચી શકશે નહીં.

વધારે કપડાં કઢાવવાનો અર્થ વધારે સમય લાગવો અને વધારે કપડાં બતાવવા છતાં પણ વેચાણ ન થાય તો, એનો અર્થ સમયનું ખૂબ મોટું નુકસાન.

આ ઘટના મારા માટે એક બહુ મોટો બોધપાઠ છે કે, જ્યારે તમારા મસ્તિષ્કમાં જે બાબતો સ્પષ્ટ હોય છે ત્યારે એને કરવામાં લાગતો સમય ચમત્કારિક રીતે ઓછો થઈ જાય છે.

મેં ક્યાંક સાંભળ્યું પણ છે કે, રોગનું નિદાન જ એ રોગનો અડધો ઉપચાર છે એટલે કે સ્પષ્ટતાથી સમાધાન અને સમયની બચત થાય છે. જીવનના દરેક ક્ષેત્રમાં સ્પષ્ટતા લાવો અને સમયને બચાવો.

સમય પ્રબંધન સાથે જોડાયેલી અમલ યોગ્ય ઉપયોગી વાતો :

- ★ તમે વ્યવસાયી હો કે એક સામાન્ય માણસ, તમે તમારા જીવનમાં આખરે શું ઇચ્છો છો એ બાબત અંગે હંમેશાં સ્પષ્ટ રહો.
- ★ એ જાણવા માટે કે તમે શું ઇચ્છો છો, તો સ્વયંને નિયમિતપણે પ્રશ્ન કરતા રહો.

અધ્યાય - ૪૧

ગુણવત્તા સાથે સમાધાન ના કરો

" જ્યારે તમે વીતી ગયેલા સમય પર અફસોસ કરી રહ્યા હોવ છો, એ સમયે પણ સમય પસાર થઈ રહ્યો હોય છે." : અજ્ઞાત

વર્ષ ૨૦૧૫માં મેં ઇન્ટરનેટ પર એક મોબાઇલ ફોનની જાહેરાત જોઈ, ડ્યુઅલ સીમ, કેમેરા, એમપી-૩ પ્લેયર જેવા અનેક ફીચર્સ અને કિંમત માત્ર ૮૦૦ રૂપિયા! મેં વિચાર કર્યો કે, આટલી બધી સુવિધાઓના પ્રમાણમાં ૮૦૦ રૂપિયા કિંમત તો ખૂબ ઓછી કહેવાય. આથી, મેં લેશમાત્ર મોડું કર્યા વગર તત્કાળ ફોનનો ઑર્ડર આપી દીધો.

થોડા દિવસ પછી ફોન આવી ગયો. અમે તેઓ ઉપયોગ કરવાનું શરૂ કરી દીધો. આશરે ૧૦ દિવસ પછી એ ફોન હેન્ગ થવાનું શરૂ થઈ ગયું. ૨-૪ દિવસ પછી અમે એને સર્વિસ સેન્ટર ઉપર લઈ ગયા, ત્યાં તેઓએ લગભગ બે દિવસનો સમય લઈને એને ઠીક કરીને અમને આપ્યો. આ વખતે ફોન એક મહિના સુધી બરાબર રીતે ચાલ્યો અને ફરીથી પાછી એ ની એ જ સમસ્યા દેખાવા લાગી. અમે ફરી પાછા એને સર્વિસ સેન્ટર ઉપર લઈ ગયા. ફરીથી અમારી પાસે સમય લેવામાં આવ્યો. ફરીથી ફોનને ઠીક કરીને અમને પાછો આપ્યો. જ્યાં સુધી તેની એક વર્ષની વૉરંટી સમાપ્ત ન થઈ ત્યાં સુધી આ પરંપરા

ચાલતી રહી . વૉરંટી સમાપ્ત થયા પછી અમારી ધીરજનો પણ અંત આવી ગયો અને છેવટે એ ફોનને અમે ફેંકી દીધો. જ્યારે અમે એનો હિસાબ માંડ્યો કે, એ ૮૦૦ રૂપિયાના ફોનને ખરીદીને અમે જેટલા પૈસા બચાવ્યા હતા, એના કરતાં વિપરિત તો અમે અમારા નાણાંની સાથે-સાથે અમારો કિંમતી સમય, જે અમે સર્વિસ સેન્ટરના ધક્કા ખાવામાં વેડફી નાંખ્યો.

હવે અમારા ઘરમાં એ જ ફીચર્સની સુવિધાવાળો એક ખૂબ પ્રખ્યાત અને વિશ્વસનીય કંપનીનો મોબાઈલ છે. હા, એની કિંમત ચોક્કસ થોડી વધારે છે પરંતુ આશરે ત્રણ વર્ષના ઉપયોગ પછી પણ આ મોબાઈલે અમને કોઈ પણ ફરિયાદની તક આપી નથી.

માણસો પોતાની ભૂલોને બહુ જલ્દીથી ભૂલી જતા હોય છે અને વર્ષ ૨૦૧૭માં મારાથી પણ આ જ પ્રકારની એક બીજી ભૂલ થઈ ગઈ, જ્યારે મેં ઑનલાઇન જાહેરાત જોઈને એક ખૂબ સસ્તી પેનડ્રાઇવ ખરીદી લીધી, જેનું પરિણામ પણ એ ૮૦૦ રૂપિયાવાળા મોબાઈલ જેવું જ રહ્યું. હું વારંવાર સર્વિસ માટે હેરાન થતો રહ્યો અને મારો ઘણો બધો સમય એમાં બરબાદ થયો.

ત્યારબાદ મેં એ નક્કી કરી લીધું કે, ભલે ગમે તે થાય ગુણવત્તા સાથે ક્યારેય સમાધાન કરીશ નહીં કારણ કે, નિમ્ન ગુણવત્તા અને સમયનો બગાડ બન્ને એક સમાન છે.

સમય પ્રબંધન સાથે જોડાયેલી અમલ યોગ્ય ઉપયોગી વાતો :

- ✶ એક જવાર ખરીદો પરંતુ ઉચ્ચ ગુણવત્તા યુક્ત સામાન જ ખરીદો. જેનાથી તમને માનસિક શાંતિ તો મળે જ છે પરંતુ એ સાથે સાથે સર્વિસના ચક્કરમાંથી બચી જવાને કારણે તમારા કિંમતી સમયની પણ બચત થાય છે.
- ✶ સેલ્સમેન શું કહી રહ્યો છે અથવા જાહેરાતમાં કેવા દાવાઓ કરવામાં આવી રહ્યા એના કરતાં વધારે જરૂરી એ છે કે, તમે એ ચકાસણી કરો કે કંપની અને પ્રોડક્ટનો ઇતિહાસ શું છે, પ્રોડક્ટ અંગે લોકોના કેવા અભિપ્રાય છે? જેને તમે ઑનલાઇન ચકાસી શકો છો.

અધ્યાય - ૪૨

ગેરસમજને તત્કાળ દૂર કરો

"પ્રત્યેક દિવસ મારો સર્વશ્રેષ્ઠ દિવસ છે. આ મારી જિંદગી છે, મારી પાસે આ ક્ષણ ફરીથી નહીં હોય." : બર્ની સીગલ

તમને એ જણાવવાની જરૂર નથી કે, પેટ્રોલ અને એક નાનો તણખો જ્યારે એક સાથે સંપર્કમાં આવે છે, તો શું થાય છે? એવું જ કંઈક આપણા જીવનમાં પણ જોવા મળે છે, જ્યારે સંબંધોમાં ગેરસમજો આવી જાય છે.

ગેરસમજ કેટલાય કારણોને લીધે આવતી હોય છે. કોઈ કારણવશ એક-બીજા પ્રત્યે ખોટી ધારણાઓ બનાવી લેવાથી અથવા અથવા કોઈ દ્વારા જાણીજોઈને ઝેર ઘોળવાથી અથવા સાંભળેલી વાતોથી. કારણ ભલે જે પણ હોય, ગેરસમજના કારણે સંબંધોમાં તિરાડ પડી જાય છે. સંબંધોમાં મજબૂતી લાવવા માટે એક ખૂબ જ મોટો સમય રોકાણ કરવો પડે છે અને ગેરસમજો આ મજબૂત સંબંધને પળભરમાં જ સમાપ્ત કરી દે છે.

મજબૂત સંબંધોમાં વિશ્વાસને કારણે જ્યારે કામ સરળતાથી અને ઝડપથી થતા હોય છે, ત્યાં જ ગેરસમજને કારણે વિશ્વાસ તૂટી જવાને કારણે કામ પણ અત્યંત મુશ્કેલી અને મંદ ગતિએ થાય છે.

જ્યારે પણ આપણા સંબંધોમાં ગેરસમજની શરૂઆત થાય, ત્યારે સામેની

વ્યક્તિની રાહ જોયા વગર પહેલાં આપણે એને દૂર કરવા માટે પહેલ કરવી જોઈએ. ગેરસમજના કારણોને સમજી લો અને એને દૂર કરો. સમયની બચતની સાથે-સાથે તમે તણાવમુક્ત બની જશો અને તમારા સંબંધોમાં પુનઃ એ જ મજબૂતાઈ આવી જશે.

સમય પ્રબંધન સાથે જોડાયેલી અમલ યોગ્ય ઉપયોગી વાતો :

- ✶ એવા લોકોથી દૂર રહો, જેમને સંબંધોમાં ઝેર ઘોળવાની ટેવ હોય અને તેઓને કડક શબ્દોમાં જણાવી દો કે, તમારી પાસે એમના માટે લેશમાત્ર સમય નથી.
- ✶ જ્યારે પણ કોઈ વ્યક્તિ માત્ર કાને સાંભળેલી વાતો લઈને તમારી પાસે આવે અને એને વાસ્તવિકતાના રૂપમાં રજૂ કરે, તો એને તુરંત પૂછો, તમને કેવી રીતે ખબર?

અધ્યાય - ૪૩

નિયમિતપણે દેખરેખથી બચે છે સમય

"સમય કોઈની રાહ નથી જોતો." : ફોલક્લોર

વર્ષ ૨૦૦૯માં મેં મારા જીવનની પ્રથમ મોટરસાયકલ ખરીદી. હું યુવાન હતો અને જીવનનું પ્રથમ વાહન હતું, આથી હું દરરોજ એનું ખૂબ જ ધ્યાન રાખતો હતો. સમયસર તેની સર્વિસ થતી અને જો કોઈપણ સમસ્યા આવે તો તરત જ તેનું સમાધાન પણ થઈ જતું હતું.

વર્ષ ૨૦૧૩માં મેં એક એક્ટિવા ખરીદ્યું. એને ખરીદ્યા પછી મોટરસાયકલનો વપરાશ ઓછો થવા લાગ્યો અને થોડા સમય પછી તો એનો વપરાશ બંધ જ થઈ ગયો. વર્ષ ૨૦૧૬માં જ્યારે અમારા પરિવારમાં બે વાહનની જરૂર પડી, ત્યારે મેં વિચાર્યું કે મારી પાસે મોટરસાયકલ તો છે જ, આમેય એનો વપરાશ નથી થઈ રહ્યો. પરંતુ જ્યારે મેં એ મોટરસાયકલને સ્ટાર્ટ કરવાનો પ્રયાસ કર્યો ત્યારે આશ્ચર્યજનક રીતે એ સ્ટાર્ટ થતી ન હતી. મેં કેટલાય કલાકો સુધી પ્રયત્ન કર્યો, પરંતુ મારા હાથે નિષ્ફળતા જ લાગી. છેવટે મેં મિકેનિકને બોલાવ્યો. તેણે તપાસ કરીને મને કહ્યું કે, વર્ષો સુધી પડી રહેવાને કારણે અને એનો વપરાશ ન થવાને લીધે એન્જિન સંપૂર્ણ રીતે ખલાસ થઈ ગયું છે અને હવે એને રિપેર કરાવવું નકામું છે, કારણ કે તેના રિપેરિંગમાં જેટલો ખર્ચ થશે એમાં થોડા વધારે નાણાં ઉમેરીને નવી મોટરસાયકલ ખરીદી શકાય છે.

તેઓ મારા જૂના મિકેનિક હતા, જેમની પાસે હું મારું વાહન સર્વિસ કરાવતો હતો. એમણે મને જણાવ્યું કે, જ્યારે ૩ વર્ષ પહેલાં તેઓ મારી મોટરસાયકલ સર્વિસ કરતા હતા ત્યારે તો એ ખૂબ જ સારી સ્થિતિમાં હતી. જો હું નિયમિત રીતે એને ચલાવતો હોત અને નિયમિત રીતે તેની સર્વિસ (દેખરેખ) કરાવતો, તો એ મોટરસાયકલ આવી રીતે સાવ ખરાબ ન થઈ ગઈ હોત, એમની વાત પણ સો ટકા સાચી હતી.

મને એક બીજો પ્રસંગ યાદ આવી રહ્યો છે. સને ૨૦૦૦ના સમયે અમારા ઘરના આંગણામાં એક ખૂબ નાનો પરંતુ અત્યંત સુંદર બગીચો હતો.જેમાં જુદા જુદા પ્રકારના ફૂલો અને લીલાછમ ઘાસની લોન હતી. જેની સુંદરતાનું રહસ્ય અમારા માળીના પ્રતિદિવસના પરિશ્રમનું પરિણામ હતું, જેઓ તેની નિયમિત સારસંભાળ રાખતા હતા. એકવાર પારિવારિક કારણોસર અમારા માળી બે મહિના સુધી આવી શક્યા નહીં. આ દરમિયાન અમારો ખૂબ સુંદર દેખાતો બગીચો જંગલ જેવો દેખાવા લાગ્યો હતો. બધા ફૂલો કરમાઈ ગયા અને ચારેય બાજુ જંગલી વનસ્પતિ અને ઘાસ ઊગી નીકળ્યું હતું. જ્યારે અમારા માળી પાછા આવ્યા, ત્યારે એમને અમારા બગીચાના સૌંદર્યને પૂર્વવત્ કરતા ૮-૧૦ મહિના લાગી ગયા.

પ્રકૃતિએ આપણી રચના કંઈક આવા જ પ્રકારની કરેલી છે કે, આપણે નિયમિતપણે કંઈક ને કંઈક કરવું પડશે, જેથી બધું વ્યવસ્થિત રહે.આપણા વાળ અથવા દાઢીને જ લઈ લો, જો તમે એક વર્ષ સુધી પોતાના વાળ કે દાઢીની સારસંભાળ નહીં કરો, તો શું થશે?

સમય અને ધનના બગાડને અટકાવવા માટે આપણે નિયમિત રીતે દરેક બાબતોની કાળજી અને સારસંભાળ રાખવી જોઈએ. કારણકે એને પૂર્વવત્ સ્થિતિમાં પાછું આવવા માટે ખૂબ સમય લાગે છે. એથી બાગ-બગીચો હોય કે તમારા વાળ કે બીજું કંઈ, લાંબા સમય સુધી વસ્તુઓ ત્યારે જ સારી રીતે ચાલશે, જ્યારે એમની નિયમિત સાર-સંભાળ થાય.

સમય પ્રબંધન સાથે જોડાયેલી અમલ યોગ્ય ઉપયોગી વાતો :

★ તમારા જે પણ સામાનને સર્વિસની જરૂર હોય, જેમ કે ગાડી, વૉટર પ્યૂરિફાયર વગેરેની સર્વિસની તારીખ આજે જ શોધી કાઢો અને જુઓ

કે, તેને ક્યારે સર્વિસ કરાવવાની જરૂરિયાત છે અને તારીખોને કેલેન્ડરમાં અથવા બીજે ક્યાંક નોંધી રાખો અને એ જ તારીખોમાં તેની સર્વિસ કરાવી લો, જેથી તમારા એ સામાનનું જીવન ચમત્કારિક રૂપથી વધી જશે.

★ જ્યારે પણ સર્વિસમાં કોઈ વસ્તુને બદલવાની(રિપ્લેસ) કરવાની આવશ્યકતા હોય, ત્યારે ઉચ્ચ ગુણવત્તાવાળી જ વસ્તુ એમાં નંખાવો કારણ કે હલ્કી ગુણવત્તાનો સામાન જલ્દીથી ખરાબ થવાની શક્યતા વધારે રહે છે, જેના કારણે તમારા નાણાં અને સમય બન્નેની બરબાદી થાય છે.

અધ્યાય - ૪૪

ધ્યાન આપો : કયા કામ માટે કેટલો સમય ફાળવવો ઉપયુક્ત છે

" સમય એવું વાવાઝોડું છે જેમાં બધું જ ખોવાઈ જાય છે ."
: વિલિયમ કાર્લોસ વિલ્યમ્સ

જો તમારે કોઈ બાળક છે અને એ શાળામાં અભ્યાસ કરે છે, તો તમારી ગણતરી પ્રમાણે તેણે એક જ વર્ગમાં કેટલો સમય સુધી અભ્યાસ કરવો જોઈએ? તમારો જવાબ હશે- એક વર્ષ.

તમે એવું લેશમાત્ર નહીં ઈચ્છો કે, તમારું બાળક એક જ વર્ગમાં ઉત્તીર્ણ થવા માટે એક કરતાં વધારે વર્ષનો સમય લગાવે અને જો આ પ્રમાણે બને તો તમે ચિંતિત થઈ જશો અને તમે એ સુનિશ્ચિત કરશો કે, ભવિષ્યમાં આ પ્રમાણે ના થાય.

શું તમે ક્યારેય કોઈના લગ્નમાં ગયા છો? મને લાગે છે તમે ચોક્કસ ગયા હશો. શું તમે એ ધ્યાન આપ્યું હતું કે, જેઓ કોઈના લગ્નમાં જાય છે, તેવા મોટાભાગના લોકો ત્યાં એક કલાક કરતાં પણ વધારે સમય ભાગ્યે જ રોકાતા હશે. ભલે તેઓ ત્યાં જવા માટે તૈયાર થવા કલાકોનો સમય વેડફી નાંખતા હોય છે, ભલે એ લગ્ન કોઈ પરિચિતના જ કેમ ના હોય.

દરેક વ્યક્તિએ સારા વસ્ત્રો પહેરવા જોઈએ અને સારા દેખાવું જ જોઈએ.

જેના કારણે લોકોના માનસ ઉપર એમનું સકારાત્મક છબિ નિર્મિત થાય છે. પરંતુ શું સાજ-શણગાર કરવા માટે કલાકોના કલાકો વેડફી નાંખવા એ કેટલા અંશે યોગ્ય છે!

મેં તાજેતરમાં જ ઇન્ટરનેટ ઉપર વાંચ્યું હતું કે, ફેસબુકના સંસ્થાપક માર્ક જુકરબર્ગ પોતાનો સમય બચાવવા માટે હંમેશાં એક જ પ્રકારના ટીશર્ટ પહેરે છે, જેના કારણે એમનો ખાસ્સો એવો સમય બચી જાય છે અને તેઓ એ કિંમતી સમયનો ઉપયોગ બીજા મહત્ત્વપૂર્ણ કાર્યોને કરવામાં કરે છે.

માત્ર વસ્ત્રો જ નહીં, તમે તમારા દરેક નાનામાં નાના કામ ઉપર ધ્યાન આપો, ભલે એ બ્રશ કરવાનું કામ હોય કે ટીવી જોવાનું અથવા અન્ય કોઈપણ પ્રકારના મનોરંજનનું કામ હોય. ધ્યાન આપો કે દરરોજ તમે એના માટે કેટલો સમય આપો છો અને સ્વયંને બે પ્રશ્ન પૂછો :-

- શું આ કામમાં આટલો સમય આપવો યોગ્ય છે?
- હું આ ક્ષણે એવું શું કરું, જેનાથી મારા સમયનો સૌથી સારો અને સાર્થક ઉપયોગ થાય.

સમય પ્રબંધન સાથે જોડાયેલી અમલ યોગ્ય ઉપયોગી વાતો :

★ સપ્તાહમાં જે દિવસે તમારી પાસે નવરાશ હોય, એ દિવસે નક્કી કરી લો કે, તમે આગલા છ દિવસ સુધી શું પહેરવાના છો અને શક્ય હોય તો એ જ ક્રમમાં તમારા કબાટમાં એને વ્યવસ્થિત રીતે ગોઠવી દો.

★ જ્યારે પણ કોઈ લગ્નમાં જાઓ ત્યારે એવો પ્રયત્ન કરો કે ઓછામાં ઓછા સમયમાં જેટલા સારા તૈયાર થઈ શકો છો, એ પ્રમાણે તૈયાર થાઓ અને બાકીના બચેલા સમયનો સદુપયોગ કોઈ મહત્ત્વપૂર્ણ કાર્યને કરવામાં કરો.

અધ્યાય - ૪૫

1-2-3

"તમે વીતી ગયેલા સમયની ભરપાઈ નથી કરી શકતા, તમે માત્ર ભવિષ્યમાં બહેતર કરી શકો છો." : એશ્લે ઓરમન

વર્તમાન સમયમાં દરેક વ્યક્તિ પગથી માથા સુધી કામમાં ગળાડૂબ છે. આવી સ્થિતિમાં મહત્ત્વહીન કામોની વચ્ચે મહત્ત્વપૂર્ણ કામો ક્યાંય ખોવાઈ જાય છે અને કામનો પહાડ જ્યારે માથે ખડકાઈ જાય છે, ત્યારે વ્યક્તિ ના માત્ર હતોત્સાહિત થઈ જાય છે, સાથે-સાથે મોટાભાગના કામને સારી રીતે કરી શકતા પણ નથી. જ્યારે આવી સ્થિતિ ઉત્પન્ન થાય એટલે કે જ્યારે તમે ખૂબ વધારે વ્યસ્ત હો અને એ સમજમાં ના આવી રહ્યું હોય કે, કયું કામ કરવાનું છે? તો સૌપ્રથમ તમે શાંતિ જાળવો પછી તમારે જે પણ કાર્યોને કરવાના છે, એની સંપૂર્ણ યાદીએ કાગળ ઉપર લખી લો(અથવા તો કૉમ્પ્યુટર કે મૉબાઈલ ફોનમાં) જેથી તમે એને સરળતાથી જોઈ શકો અને ખુદને પૂછો કે એવું કયું એક માત્ર કામ છે જે કરવાથી મારું ભવિષ્ય ઉજ્જવળ બનશે, મનમાં જે ઉત્તર આવે એને નોંધી લો.

ત્યારબાદ સ્વયંને પૂછો એવું કયું બીજું કામ છે, જે કરવાથી મારું ભવિષ્ય ઉજ્જવળ બનશે, મનમાં જે ઉત્તર આવે એને નોંધી લો.

એક વાર પુનઃ સ્વયંને પૂછો કે, એવું કયું ત્રીજું કામ છે, જે કરવાથી મારું ભવિષ્ય ઉજ્જવળ બનશે, મનમાં જે ઉત્તર આવે એને નોંધી લો.

હવે ખુદને અનુશાસિત કરીને પહેલા, બીજા અને ત્રીજા કામને પ્રાથમિકતા પર કરો એટલે કમ મહત્ત્વના ક્રમ અનુસાર અને જો સમય બાકી રહે, ત્યારે જ કોઈ અન્ય કામ કરો.

આ સમય પ્રબંધન તકનીકનો ફાયદો એ છે કે, આ અત્યંત સરળ છે અને આ જીવનને પણ ખૂબ સરળ બનાવી દે છે. જ્યારે પણ તમારી સમક્ષ કામના ભારરૂપી પહાડ ખડકાઈ જાય, તો સ્વયંને કહો ૧-૨-૩ અને શરૂ થઈ જાઓ.

સમય પ્રબંધન સાથે જોડાયેલી અમલ યોગ્ય ઉપયોગી વાતો :

* જો તમે તમારી પીઠ ઉપર ૧૦૦ કિલોની ગુણ લાદીને ચાલશો તો તમે પહેલાં તો સરખી રીતે ચાલી શકશો નહીં, આજ પ્રમાણે તમે વધારે પડતા કામના બોજાને કારણે તણાવમાં આવીને સારી રીતે કામ કરી શકશો નહીં, જીવનને સરળ બનાવો, ૧-૨-૩ તકનીક અપનાવો.
* વસ્તુને સરળ બનાવો, જે સામાનની જ્યારે જરૂર હોય ત્યારે જ બહાર લાવો, અન્યથા એને તેના નિશ્ચિત સ્થાન ઉપર જ રહેવા દો.

ખંડ - ૨
વિદ્યાર્થીઓ માટે ટાઇમ મેનેજમેન્ટ

અધ્યાય - ૪૬

યોગ્ય કારકિર્દીની પસંદગી કરો

"એવું કામ પસંદ કરો જેને તમે પ્રેમ કરો છો અને તમારે જીવનભર ક્યારેય પણ કામ નહીં કરવું પડે." : કન્ફ્યૂશિયસ

મેં અનુભવ્યું છે કે, આજના સમયમાં મોટાભાગના વિદ્યાર્થીઓ અનિર્ણાયક સ્થિતિમાં રહેતા હોય છે. તેઓ કોઈ વિષયની પસંદગી કે કોઈ કોર્સની પસંદગી કરવાનો નિર્ણય પોતાની રીતે નહીં પરંતુ બીજાઓ કરે એ પ્રમાણે લેતા હોય છે. તેઓ કોઈપણ વિષયને એટલા માટે પસંદ કરે છે કારણ કે, એ વિષય કે કારકિર્દી એમના માતા-પિતાની પસંદગી હોય છે અથવા તો એમના કોઈ મિત્રોએ એ પ્રમાણે કરવાનો નિર્ણય લીધેલો હોય છે. મોટાભાગે આવી સ્થિતિમાં થોડા સમય પછી એમનું ચિત્ત એમાં લાગતું નથી અને તેઓને અફસોસ થવા લાગે છે કે એમણે આ પ્રમાણે શા માટે કર્યું? સારું તો એ થતું કે, હું... (અમુક) વિષય લઈને ભણતો. વિદ્યાર્થીઓ માટે સમય પ્રબંધનમાં મારું સૌ પ્રથમ સૂચન એ હશે કે, કારકિર્દીની પસંદગી આ મુદ્દાઓને ધ્યાનમાં રાખીને કરો :-

- તમારી રુચિ
- શું તમે તમારી રુચિ કે પસંદગીથી પોતાનું જીવન અને આજીવિકા સારી રીતે ચલાવી શકશો, જો હા હોય તો કેવી રીતે?
- પોતાની પસંદ કરેલી કારકિર્દીથી તમે કેવી રીતે સંસારને લાભ પહોંચાડી

શકો છો. (મારી ગણતરી મુજબ એક સારી કારકિર્દી એ હોય છે, જેમાં તમારી આવડતનો સંપૂર્ણ રીતે ઉપયોગ થાય છે, સાથે સાથે તમે સંસારને લાભાન્વિત કરી શકો છો.)

- દીર્ઘદૃષ્ટિ રાખો. વર્તમાન કરતાં ભવિષ્યમાં આ કારકિર્દીમાં કેવી સંભાવનાઓ છે? આ વિષયમાં પુસ્તકો, પત્રિકાઓ અને ઇન્ટરનેટના માધ્યમથી અધ્યયન કરો.
- એવું કયું કાર્ય હશે, જેમાં તમે કામ કરો ત્યારે એમાં ડૂબી જાઓ અને તમને સમયનું ભાન જ ન રહે.
- તમારી પસંદગીની આ કારકિર્દીમાં આવવા માટે કયો કોર્સ કરવો વધારે ફાયદાકારક રહેશે?
- સૌથી મહત્ત્વપૂર્ણ પ્રશ્ન તમે આ કારકિર્દીને શા માટે અપનાવવા ઇચ્છો છો?

જેઓને પોતાના કામ સાથે ખૂબ જ પ્રેમ હોય છે તેવા મહાન લોકો જણાવે છે કે, તેઓને એવું ક્યારેય લાગતું નથી કે તેઓ કોઈ કામ કરી રહ્યા છે કારણ કે, એમને એ કામમાં ખૂબ જ આનંદ પ્રાપ્ત થતો હોય છે. જો હું મારી વાત કરું તો મને પુસ્તકો સાથે પ્રેમ છે. જ્યારે પણ મારે કોઈ સમસ્યાનો સામનો કરવો પડે છે, ત્યારે હું તેનું સમાધાન શોધવા માટે એ વિષયને લગતા અનેક પુસ્તકો ખરીદું છું અને એમાંથી પ્રાપ્ત ઉપયોગી વિચારોને અમલમાં લાવું છું. ઉદાહરણ સ્વરૂપે, જ્યારે મારામાં આત્મવિશ્વાસની ઉણપ હતી ત્યારે પણ મેં એવા ઘણાં પુસ્તકો ખરીદ્યા જેમાં આત્મવિશ્વાસને વધારવા માટેના ઉપાયો જણાવવામાં આવ્યા હોય. મેં એને વાંચ્યા અને અમલમાં લાવ્યા પછી મારામાં જબરદસ્ત આત્મવિશ્વાસ આવી ગયો. એ જ પ્રમાણે મેં કેવી રીતે વાતચીત કરવી? સાર્વજનિક મંચ ઉપર કેવી રીતે બોલવું? વગેરે વિષયોના પુસ્તકોને વાંચ્યા અને મારા જીવનને ઉત્તમ બનાવ્યું. ત્યારબાદ મેં વિચાર કર્યો કે, પુસ્તકોમાં જીવન પરિવર્તન કરવાની અદ્ભુત શક્તિ હોય છે. પુસ્તકોએ મારા જીવનને ચમત્કારિક રૂપે મેં જેની ક્યારેય કલ્પના કરી ન હતી, એટલું બહેતર બનાવી દીધું છે. મારું પણ એ કર્તવ્ય છે કે, જે વિચારોએ મારા જીવનને આટલું બધું બહેતર બનાવી દીધું છે, એને હું બીજા લોકો સુધી પહોંચાડું જેથી, તેઓ પણ

પોતાના સ્વપ્નાઓને મૂર્તિમંત કરી શકે. એ કારણે મેં લેખક બનવાની કારકિર્દીની પસંદગી કરી. જ્યારે પણ હું કોઈ પુસ્તક લખું છું કે વાંચું છું, ત્યારે સમય કેવી રીતે પસાર થઈ જાય છે તેની મને ખબર જ પડતી નથી. ક્યારેક તો ક્યારે સવારથી સાંજ પડી ગઈ હોય, મને ભાન જ રહેતું નથી. પોતાની લેખનકળાને વધારે સારો ઓપ આપવા અને નિખારવા માટે મેં જર્નાલિજમનો કોર્સ કર્યો છે. એ સાથે-સાથે દર મહિને હું ડઝનબંધ પુસ્તકો ખરીદું છું અને એને વાંચુ છું. મને અત્યંત હર્ષ થાય છે કે, આ કારકિર્દીને કારણે હું માત્ર યોગ્યતાનો સર્વોત્તમ ઉપયોગ કરી શકું છું અને સાથે સાથે આ કારણે હજારો- લાખો લોકોના જીવનમાં પણ મારા પુસ્તકોના માધ્યમથી સકારાત્મક પરિવર્તન પણ આવે છે.

મારા પ્રિય વિદ્યાર્થી મિત્રો, હું આપની પાસે એ જ આશા રાખું છું કે, તમે પણ એવી કારકિર્દીની પસંદગી કરો, જેને કારણે તમે આજીવન હર્ષ અનુભવી શકો અને હંમેશાં પ્રગતિના પંથે અગ્રેસર બની શકો.

સમય પ્રબંધન સાથે જોડાયેલી અમલ યોગ્ય ઉપયોગી વાતો :

- ✶ પોતાના હૃદયના અવાજને સાંભળો. આ જીવન માત્ર ને માત્ર તમારું છે. અત્યારે તમારી સાથે તમારા અનેક મિત્રો હોઈ શકે છે, પરંતુ જેમ જેમ સમય વીતતો જશે તેઓ પણ પોતાની કારકિર્દીને ઓપ આપવા માટે આગળ વધશે, ત્યારે એ બાબતની શક્યતાઓ ખૂબ વધી જાય છે કે, તેઓ તમારી સાથે નહીં પરંતુ બીજે ક્યાંક હશે. એ માટે તમે તમારા હૃદયના અવાજને સાંભળો અને તમારા મિત્રોની નહીં પરંતુ તમારી પોતાની પસંદગીની કારકિર્દીને પસંદ કરો.
- ✶ ઈશ્વર પાસે સહાયતાની પ્રાર્થના કરો. આ સંસારમાં ઈશ્વર કરતાં વધારે મોટું બીજું કોઈ નથી. મોટાભાગના વિદ્યાર્થીઓ એ દ્વિધામાં હોય છે કઈ કારકિર્દીને પસંદ કરે? જ્યારે હું વિદ્યાર્થી હતો ત્યારે મેં પણ ઈશ્વર પાસે માર્ગદર્શન માટે સહાયતા માંગી અને મને એમની સહાયતા મળી. આ જ સૂચન હું તમને પણ આપીશ.

અધ્યાય - ૪૭

આત્મ-નિર્ભરતા

" આ સંસારમાં કોઈના ઉપર વધારે પડતા નિર્ભર ના રહો કારણ કે અંધકારમાં તો પડછાયો પણ તમારો સાથ છોડી દે છે." : અજ્ઞાત

એક સમયની વાત છે. એક ગામના લોકો વાઘના ભયથી ખૂબ જ આતંકિત હતા, જેના કારણે એ ગામના દરેક રહેવાસીઓ ભયના ઓથાર હેઠળ જીવી રહ્યા હતા. ગામના જવાબદાર આગેવાન લોકોએ ઘણા પ્રયત્નો કર્યા પરંતુ તેઓ એ વાઘને રોકવામાં નિષ્ફળ રહ્યા. ગ્રામજનોએ સભાનું આયોજન કર્યું, જેમાં ગામના પ્રત્યેક રહેવાસીને આમંત્રિત કરવામાં આવ્યા. તેઓ આવ્યા અને આ સમસ્યા માટેના ઉકેલો રજૂ કર્યા. અનેક લોકોએ અનેક વિચારો રજૂ કર્યા પરંતુ એમાંથી કોઈ વધારે અસરકારક જણાયો નહીં. ત્યારે એક વડીલ વ્યક્તિએ કહ્યું કે, વાઘને પકડવાની જવાબદારી હું લઉં છું. બધા એ જાણવા ઈચ્છતા હતા કે, તેઓ કેવી રીતે આ કામ કરશે? પરંતુ એ વડીલે જણાવ્યું કે તમે બધા ધીરજ રાખો.

થોડા મહિનાઓ પછી એ વડીલ એ વાઘને કેદ કરીને પોતાની સાથે લઈ આવ્યા, ત્યારે બધા લોકો આશ્ચર્યચકિત થઈ ગયા કે, આ કેવી રીતે શક્ય બન્યું? જે કામ ગામના આટલા શાણા અને યુવાન લોકો પણ કરી શક્યા ન હતા, એ

કામને આ વડીલે કેવી રીતે કર્યું?! એ વડીલે આ પ્રમાણે જણાવ્યું કે, એમણે માત્ર એટલું જ કર્યું કે, એ વાઘ ભૂખ્યો થાય ત્યારે તેના માટે ભોજનનો પ્રબંધ કરી દીધો. જેના કારણે હવે એ વાઘને આમતેમ ક્યાંય ભોજન શોધવા જવાની જરૂર પડતી ન હતી. દિવસો અને મહિનાઓ વીતતા ગયા. વાઘને નિયમિત રીતે ભોજન ઉપલબ્ધ કરાવવામાં આવતું રહ્યું. કારણ કે વાઘ પણ હવે નિશ્ચિંત બની ગયો હતો કે, તેને હવે ભોજન શોધવાની જરૂર નથી. જેના કારણે ભોજન શોધવા માટે વાઘે પોતાના શરીર અને માંસપેશીઓનો ઉપયોગ કરવાનું બંધ કરી દીધું. જેના કારણે તેનું શરીર પણ નબળું બની ગયું અને તેની સ્ફૂર્તિ પણ ઘટી ગઈ. ત્યારબાદ એ વડીલે કહ્યું, હવે ઉપયુક્ત સમય હતો કે એ વાઘને પકડી લેવામાં આવે અને એ વડીલે થોડા લોકોની સાથે જઈને જાળના માધ્યમથી એને ખૂબ સરળતાથી પકડી લીધો.

કહેવાનું તાત્પર્ય અત્યંત સરળ છે, તમે જેટલા બીજાઓ ઉપર નિર્ભર બનતા જશો, તમે એટલા વધારે નિષ્ફળતાના માર્ગે અગ્રેસર બનશો. જે પ્રમાણે તમે વાર્તામાં જોઈ શકો છો કે, વાઘ જેટલું શક્તિશાળી પ્રાણી પણ જ્યાં સુધી આત્મનિર્ભર ન બને એ નિર્બળ બની જાય છે. જે બાબતમાં તમે વધારે ને વધારે બીજા ઉપર નિર્ભર બનશો એટલા જ તમે એ બાબતમાં નિર્બળ બનતા જશો. જેમ વ્યાયામ ન કરવાને કારણે તમારી માંસપેશીઓ નિર્બળ બની જાય છે અને વ્યાયામ કરવાથી સુદૃઢ.

તમે આ ઘટના દ્વારા સમજી શકો છો કે આત્મ-નિર્ભરતા એટલે કે, બીજાઓ ઉપર નિર્ભર રહેવાને બદલે સ્વયં પર નિર્ભર રહેવામાં જ ડહાપણ છે. વિદ્યાર્થી જીવનમાં આત્મ-નિર્ભરતા તમારા સમયને જ બચાવતી નથી, બલ્કે તમારી સફળતાને પણ સુનિશ્ચિત કરે છે. વિદ્યાર્થીઓએ પોતાની પેન, નોટ- પુસ્તક, બેગ, બૂટ-મોજાં વગેરે એક ચોક્કસ સ્થાન ઉપર રાખવાની જવાબદારી ખુદ જ લેવી જોઈએ. એ સાથે તમારા મહત્ત્વપૂર્ણ દસ્તાવેજ એટલે કાગળો જેમ કે માર્કશીટ્સ- સર્ટિફિકેટ્સ જેવા અગત્યના કાગળોની સાચવણીની જવાબદારી પણ સ્વયં જ ઉપાડવી જોઈએ.

જો તમે એવા વળાંક ઉપર છો કે, જ્યાં તમારે આગળની કારકિર્દીની પસંદગી કરવાની છે, તો બધા પાસેથી અભિપ્રાય લો. એમના અનુભવ અને માર્ગદર્શનની માંગણી કરો, પરંતુ અંતિમ નિર્ણય લેવા માટે તમારા મિત્રો કે તમારા શુભચિંતકો ઉપર નિર્ભર ના રહો કારણ કે, તમારો પોતાનો નિર્ણય

જ તમારું ભવિષ્ય નક્કી કરશે. તમારા ભવિષ્યને ઓપ અને ઘાટ આપવાની જવાબદારી તમારી પોતાની છે.

વિદ્યાર્થીઓ માટે સમય પ્રબંધન સાથે જોડાયેલી ઉપયોગી વાતો:

- જ્યારે તમે નાની-નાની બાબતોમાં આત્મ-નિર્ભર બનો છો, ત્યારે જ તમે મોટી બાબતોમાં આત્મ-નિર્ભર બની શકશો. મેં અનેક એવા વિદ્યાર્થીઓને જોયા છે, જેઓ પોતાની ચીજવસ્તુઓને રાખવા માટે પણ પોતાના માતા-પિતા કે પોતાના ભાઈ-બહેન ઉપર આધારિત હોય છે. માની લઈ કે, ક્યારેક તેઓ ઘર પર ઉપસ્થિત ના હોય, ત્યારે એમને એ સામાનને પ્રાપ્ત કરવા માટે એમની રાહ જોવી પડશે, જેનાથી સમય બરબાદ થશે અને એવું જોવામાં આવ્યું છે કે, જે વિદ્યાર્થી આવું કરે છે, તેઓ જીવનમાં આત્મ-નિર્ભરતાના ગુણને ક્યારેય શીખી નથી શકતા.
- પોતાની કારકિર્દીને પસંદ કરવાની જવાબદારી ખુદ સ્વીકારો. ખુદને કહો કે, મેં આ કારકિર્દીને પસંદ કરી છે અને એમાં સફળ થવાની જવાબદારી મારી પોતાની છે અને હું એમાં સફળ થઈને જ રહીશ.
- સેલ્ફ-સ્ટડી (એટલે કે સ્વયં અભ્યાસ કરવો)ની ટેવ પાડો, બધી બાબતોને સ્વયં સમજવા માટેનો પ્રયત્ન કરો અને જે બાબતોમાં સમજણ ન પડે, તેની નોંધ કરી લો અને તેના એક્સપર્ટ (નિષ્ણાત) પાસે માર્ગદર્શન માંગો. એનાથી તમારી આત્મનિર્ભરતાની ક્ષમતા ઝડપથી વૃદ્ધિ પામશે. હું અહીંયા મારા એક મિત્રનું ઉદાહરણ આપવા ઇચ્છીશ. જેમણે ના માત્ર એમ.સી.એ કર્યું બલ્કે આજે તેઓ અનેક પ્રોગ્રામિંગ ભાષાના જાણકાર છે અને અનેક સૉફ્ટવેર વિકસિત કરી રહ્યા છે અને એમની આ સફળતાનું રહસ્ય છે સેલ્ફ-સ્ટડી.

અધ્યાય - ૪૮

આત્મ-વિશ્વાસ

"તમને બધું જ મળી શકે છે, પરંતુ બધું જ એક જ સમયમાં નહીં." : ઑપરા વિનફ્રે

આજના સમયમાં એક માણસની અંદર આત્મવિશ્વાસ ન હોય, તો એની સ્થિતિ અત્યંત દયનીય બની જતી હોય છે, જે પ્રમાણે એક હાથીના બચ્ચાની સાથે બન્યું હતું. જન્મના થોડા સમય પછી જ હાથીના એ બચ્ચાને જમીનમાં ઊંડે ખોદેલા મજબૂત ખીલ્લાની સાથે દોરડાથી બાંધી દેવામાં આવે છે. એ પોતાની બધી જ શક્તિ વાપરીને એને ખેંચી નાંખવાનો પ્રયત્ન કરે છે. એ દરેક દિશામાં પોતાની જાતને ખેંચે છે, ચીસો પાડે છે, ચિચિયારીઓ પાડે છે પરંતુ છેવટે એ થાકી હારીને નિરાશ બની જાય છે અને પ્રયત્ન કરવાના છોડી દે છે. સમય વીતતો જાય છે અને એ મોટું થાય છે. એનો આકાર જ નહીં, તેની શક્તિ પણ અનેક ગણી વધી જાય છે. તમને શું લાગે છે એ હાથી મોટો અને વયસ્ક બન્યા પછી એ દોરડું ના તોડી શકે? ચોક્કસ તોડી શકે છે, પરંતુ દુર્ભાગ્યવશ સમયની સાથે સાથે તેના વિશ્વાસમાં કોઈ પરિવર્તન આવ્યું નહીં. એને આજે પણ એવો જ વિશ્વાસ છે કે, તે આ દોરડાને તોડી નહીં શકે અને તેના વિશ્વાસના અભાવે એ હાથી દોરડું તોડી શકતો નથી અને ગુલામ બનીને રહે છે.

મોટાભાગના મનુષ્યોની સ્થિતિ પણ કંઈક આવા જ પ્રકારની હોય છે. એક

વાર તેઓ પ્રયત્ન કરે અને નિષ્ફળતા હાથ લાગે, પછી ફરીથી તેઓ પ્રયત્ન કરવાનું છોડી દે છે અને કહે છે કે, મેં એક વાર પ્રયાસ કર્યો હતો અને હું નિષ્ફળ બન્યો. હવે ફરીથી પ્રયત્ન કરવાથી શું લાભ? આપણને સૌથી સારી પ્રેરણા થૉમસ એડિસનને જોઈને મળે છે. તેઓ જ્યારે બલ્બનો આવિષ્કાર કરી રહ્યા હતા, ત્યારે તેઓ ૧૦,૦૦૦ કરતાં પણ વધારે વખત નિષ્ફળ બન્યા હતા. તેથી એક યુવાન પત્રકારે એમને પૂછ્યું કે, "તમારે ૧૦,૦૦૦ કરતાં પણ વધારે વાર નિષ્ફળતાનો સામનો કરવો પડ્યો તેમ છતાં તમે બલ્બનો આવિષ્કાર કરી શક્યા નહીં, ત્યારે તમને કેવું લાગી રહ્યું છે?" તેના જવાબમાં એડિસને ઉત્તર આપ્યો, "જુઓ શ્રીમાન! હું ૧૦,૦૦૦ વખત નિષ્ફળ બન્યો નથી, પરંતુ મેં તો એવા ૧૦,૦૦૦ રસ્તાઓ શોધી કાઢ્યા કે જેનાથી બલ્બ નહીં બને. દરેક નિષ્ફળતા મને મારા લક્ષ્યની વધારે નજીક લઈ જાય છે." આ મહાન વૈજ્ઞાનિક ઍડિસન પાસેથી આપણે શીખી શકીએ છીએ કે, વ્યક્તિનો દૃષ્ટિકોણ વધારે મહત્ત્વનો હોય છે. જો આપણે આવો જ દૃષ્ટિકોણ અપનાવી લઈએ તો, આપણને સફળ થતાં કોઈ જ રોકી શકશે નહીં. તો આજથી જ એ વાતની ગાંઠ બાંધી લો કે, તમે વિજેતા છો અને સફળ થવું તમારો જન્મસિદ્ધ અધિકાર છે. આપણે અહીંયા ઉદાહરણ માટે એક પ્રશ્ન પૂછી લઈએ છીએ કે "એક નાનું બાળક ક્યારે ચાલવાનું શરૂ કરે છે?" આ પ્રશ્નનો જવાબ એ બાળકના આત્મવિશ્વાસ ઉપર નિર્ભર છે. એ જ પ્રમાણે એ વ્યક્તિના મોટા થયા પછીની સફળતા સંપૂણ રીતે એ વાત ઉપર નિર્ભર રહે છે કે, "શું વ્યક્તિને પોતાની જાત ઉપર વિશ્વાસ છે કે એ સફળ થઈ શકે છે?" સમસ્યા એ બાબતને કારણે નથી કે, લોકો તમારામાં વિશ્વાસ ધરાવતા નથી. સમસ્યા તો છે કે, તમે ખુદ પોતાના ઉપર વિશ્વાસ ધરાવતા નથી. જો તમે જ ખુદને પોતાનો સાથ નથી આપી શકતા, તો બીજાઓ પાસેથી એને મેળવવાની આશા કેવી રીતે રાખી શકો છો? મારા પ્રમાણે શિક્ષણનો અર્થ છે "શીખવું", સંકોચ રાખવો કે દ્વિધામાં રહેવું નહીં. અનેક વાર એ પ્રમાણે બને છે કે, જ્યારે વિદ્યાર્થીઓને કોઈ વિષયમાં સમજણ પડતી નથી અને તેઓ સંકોચવશ શિક્ષકને પૂછતા નથી, જેના કારણે એમણે વારંવાર એને વાંચવું પડે છે, જેના કારણે તેઓ સમજવામાં ઘણીવાર સફળ થાય છે અને ઘણીવાર નિષ્ફળ. પરંતુ મહત્ત્વપૂર્ણ વાત એ છે કે આમ કરવામાં તેમનો સમય નષ્ટ થાય છે. એ જ પ્રમાણે પરીક્ષામાં ઉત્તર લખતી

વખતે વિદ્યાર્થીના મનમાં એવી શંકા-કુશંકા રહે છે કે, શું એ સાચો ઉત્તર લખી રહ્યો છે કે નહીં? આ દ્વિધામાં એ જવાબ લખતા પહેલાં વિચાર કરવામાં ઘણો સમય બગાડી નાંખે છે અને ઘણીવાર એ જવાબને વારંવાર ચેકીને ફરીથી લખે છે.

અહીંયા હું આપને આત્મવિશ્વાસ પ્રાપ્ત કરવા માટેના બે સરળ ઉપાય જણાવવા ઈચ્છીશ:-

- **તૈયારી :** સૌ પ્રથમ તો તૈયારી એટલે કે, તમે તમારી પરીક્ષાઓ માટે કેવા પ્રકારની તૈયારી કરો છો? તમે ખુદ અનુભવ્યું હશે કે, જ્યારે તમે કોઈ એક વિષયમાં બરાબર વાંચીને ગયા નથી ત્યારે તમને પરીક્ષા સમયે પોતાના પ્રદર્શન અંગે શંકા રહે છે. તમે ભય અનુભવો છો અને તમારા આત્મવિશ્વાસમાં ખોટ આવી જાય છે. આ જ પ્રમાણે જ્યારે તમે બરાબર તૈયારી સાથે જાઓ છો ત્યારે તમે પરીક્ષા આપતી વખતે આરામદાયક રહો છો.
- **આત્મ-ચર્ચા :** બીજો ઉપાય છે આત્મ ચર્ચા એટલે કે સ્વયં સાથે મનોમન કેવી રીતે વાત કરો છો? અનેક વિદ્યાર્થીઓને તેઓ પરીક્ષા પહેલાં સ્વયં સાથે મનોમન ટેવ પ્રમાણે વાતો કરતા હોય છે કે "મારી પરીક્ષા સારી નહીં જાય" અથવા તો "આ વિષય ખૂબ અઘરો છે એમાં હું ક્યારેય સારું પ્રદર્શન નથી કરી શકતો" અથવા તો "આ વખતે તો ઘણા લોકોએ આ પરીક્ષા આપી છે પરંતુ વેકેન્સી તો ખૂબ ઓછી છે."
- શું તમને એવું લાગે છે કે આવી આત્મ-ચર્ચાથી તમે તમારી જાતને મદદ કરી રહ્યા છો કે મેદાનમાં ઉતરતા પહેલાં જ પોતાની જાતને હરાવી રહ્યા છો. મારું સૂચન છે કે, તમે થોડી વધારે સારી આત્મ-ચર્ચા કરીને જુઓ. સ્વયંને કહો કે, "મેં તો સર્વશ્રેષ્ઠ તૈયારી કરી છે અને હવે મને સર્વોત્તમ પરિણામ જ મળશે." અથવા "પહેલાં તો આ વિષય મને અઘરો લાગતો હતો કારણ કે મને કંઈ જ સમજ પડતી નહોતી, પણ મેં હવે સમજવા માટે પર્યાપ્ત મહેનત કરી છે અને મને વિશ્વાસ છે કે, ચોક્કસ મને સારું જ પરિણામ મળશે." અથવા તો "પરીક્ષા આપનારાઓની સંખ્યા ભલે ગમે તેટલી વધારે હોય, મારી સ્પર્ધા મારા ખુદની સાથે છે, આ પરીક્ષામાં હું મારું સર્વોત્તમ આપીશ અને સફળતા પ્રાપ્ત કરીને જ ઝંપીશ."

- આત્મ-ચર્ચા કરતી વખતે પોતાની સફળતાને એ ભાવના સહિત અનુભવો, જે પ્રમાણે તમે સફળ થતી વખતે અનુભવો છો. નીરસ બનીને આત્મ-ચર્ચા કરવાથી તમને કોઈ લાભ મળશે નહીં. તમે એ જ તમારા જૂના પરિણામો જ મેળવતા રહેશો અને તમારો સમય બરબાદ થતો રહેશે.

વિદ્યાર્થીઓ માટે સમય પ્રબંધન સાથે જોડાયેલી ઉપયોગી વાતોઃ

★ **તૈયારી કરો :** તમારી તૈયારી જેટલી સારી હશે, તમારો આત્મવિશ્વાસ પણ એટલો જ વધારે મજબૂત હશે. એ જ પ્રમાણે જેવી રીતે શિયાળાના સમયમાં તમે ગરમી મેળવવા માટે કોલસાનું તાપણું કરો છો, પરંતુ તમે કેટલી ગરમી મેળવવા ઈચ્છો છો, એ તો એ બાબત ઉપર આધાર રાખે છે કે તમે કેટલી માત્રામાં કોલસા ઉમેરો છો. જો તમે ઓછા કોલસા નાંખશો તો ઓછી ગરમી ઉત્પન્ન થશે અને તમે વધારે કોલસા નાંખશો તો વધારે ગરમી ઉત્પન્ન કરશો. એ જ પ્રમાણે તમે વધારે તૈયારી કરશો તો તમે વધારે સફળ બનશો અને ઓછી તૈયારી કરશો તો ઓછા સફળ.

★ **સ્વયં સાથે સકારાત્મક શૈલીમાં આત્મ-ચર્ચા કરો :** તમે એ બાબત પારખી લો કે, તમે કેવી રીતે પોતાની જાત સાથે મનોમન નકારાત્મક ચર્ચા કરીને સ્વયંને નિર્બળ બનાવી રહ્યા છો અને પછી એ ચર્ચાને સકારાત્મક રૂપથી ખુદને પ્રેરિત કરવા માટે રૂપાંતરિત કરો.

અધ્યાય - ૪૯

આત્મ-અનુશાસન

"આવતીકાલે તમે શું કરવાના છો એનાથી નહીં પરંતુ આજે તમે શું કરશો એનાથી તમારું ભવિષ્ય નક્કી થશે." : અજ્ઞાત

આપણું મસ્તિષ્ક એક છરી જેવું છે. એક સામાન્ય છરીમાં બે હિસ્સા કે બાજુ હોય છે. એક છે તેની ધારદાર બાજુ અને બીજી છે એનો હાથો અથવા તો હેન્ડલ. આપણે બધા એ ખૂબ સારી રીતે જાણીએ છીએ કે, ધારદાર બાજુનો ઉપયોગ કરી આપણે રસોઈ માટેના શાકભાજી અને ફળફળાદીને કાપીએ છીએ અને આપણા જીવનને સરળ બનાવીએ છીએ. માની લો કે, તમે છરીના હાથાને બદલે ધારદાર ભાગને પકડી લીધો ત્યારે શું પરિણામ આવે? તમને ઉત્તરની ખબર છે અને તમે તેની તીક્ષ્ણ બાજુને પકડવાની ભૂલ ક્યારેય નહીં કરો. એ જ પ્રમાણે નદીની ઉપર બંધનું નિર્માણ એ જ કારણે કરવામાં આવે છે, જેથી નદીના પાણીને નિયંત્રિત કરી શકાય અને પાણી તેની હદ ઓળંગીને બહાર આવે તો, ગામ અને શહેરોને નુકસાન ન પહોંચાડે. જો બંધ બાંધવામાં ન આવે તો, એ શહેરો અને ગામોને તારાજ કરી દેશે. આપણા મસ્તિષ્કને પણ આપણે આત્મ-અનુશાસન વડે નિયંત્રિત કરી શકીએ છીએ. આપણું મસ્તિષ્ક હંમેશાં આમતેમ ખૂબ ઝડપથી દોડ્યા કરતું હોય છે અને જો તેના ઉપર નિયંત્રણ રાખવામાં ન આવે તો, એ છરીની ધારદાર બાજુને પકડી લેવા સમાન છે જેના કારણે તમે

મુશ્કેલીમાં પડી શકો છો. આત્મ-અનુશાસન શું છે? મારા મતે તો આત્મ-અનુશાસન સ્વયંને કોઈ મહત્ત્વપૂર્ણ કાર્ય કરવા માટે બાધિત કરવું છે. (મોટાભાગના એવા કાર્ય જેનાથી તમારું ભવિષ્ય ઉજ્જવળ બની શકે છે.) ભલે પછી એ કરવા માટે તમારી ઇચ્છા હોય કે ન હોય. ઉદાહરણ સ્વરૂપે તમારી પરીક્ષાઓ આવી રહી છે અને ક્રિકેટનો વર્લ્ડ કપ ચાલી રહ્યો છે, જેમાં ભારત અને પાકિસ્તાનની મેચ રમાનાર છે. તમારી સ્વાભાવિક પ્રતિક્રિયા એ હશે કે, કોઈ ભારત અને પાકિસ્તાનની મેચ જોવાનું કેવી રીતે ટાળી શકે એ પણ વર્લ્ડ કપની મેચ. આ પરિસ્થિતિમાં તમારી પ્રતિક્રિયા કેવી હશે એ સંપૂર્ણ રીતે તમારા ઉપર આધારિત છે. તમે મેચ જોવાનો વિકલ્પ પસંદ કરો છો, તો પરીક્ષામાં તમારા સારા માર્ક્સ નહીં આવે અથવા તો તમે સ્વયંને એ પ્રમાણે કહી શકો છો કે, આજ સુધી વર્લ્ડ કપમાં ક્યારેય ભારત પાકિસ્તાનની સામે હાર્યું નથી અને આજે પણ નહીં હારે, પરંતુ જો મેં આજે પરીક્ષાની તૈયારી કરી નહીં તો હું ચોક્કસ નાપાસ થઈશ માટે અભ્યાસ કરવામાં જ સમજદારી છે. આમ તમે અભ્યાસના વિકલ્પને પસંદ કરો છો અને સફળ બનો છો. આત્મ-અનુશાસન માટે પોતાના તાત્કાલિક અને ક્ષણિક આનંદનો ત્યાગ કરવાની આવશ્યકતા હોય છે, જેથી તમે દીર્ઘકાલીન ખુશી અને આનંદ પ્રાપ્ત કરી શકો. અહીંયા હું મારા દાદાજીનું ઉદાહરણ આપવા ઇચ્છીશ, જેમણે પોતાના ઘડિયાળના ધંધાને પોતાની થોડી જ બચતનું રોકાણ કરી ઘડિયાળ વેચવા દ્વારા શરૂ કર્યો હતો. એ સમયે એમની પાસે એ વિકલ્પ હતો કે, એમની પાસે જે પણ બચત છે એ પોતાના માટે ખર્ચી નાખે અથવા તો પોતાની જાત પ્રત્યે કઠોર બનીને પોતાની બચતને સુરક્ષિત રાખે અને પોતાના વેપારને સમૃદ્ધ કરી પરિવારના ભવિષ્યને ઉજ્જવળ બનાવે. એમણે બીજો વિકલ્પ પસંદ કર્યો આત્મ-અનુશાસિત રહીને એમણે પોતાના ક્ષણિક અને તાત્કાલિક આનંદનો ત્યાગ કર્યો, જેથી લાંબા સમય માટે એમનો પરિવાર સુખી રહી શકે. આજે એમની અનેક પેઢીઓ એમના આ ત્યાગને કારણે સુખેથી પોતાના જીવન વ્યતીત કરી રહી છે.

તમારે દરેક ક્ષેત્રમાં આત્મ-અનુશાસનનો અભ્યાસ કરવો જોઈએ, ભોજનની વાત કરીએ તો તમારી પાસે એ વિકલ્પ છે કે, અથવા તો તમે મસાલેદાર ભોજનને નિયમિત રૂપે આરોગી ક્ષણિક સંતુષ્ટિ પ્રાપ્ત કરવા માટે પોતાની

તંદુરસ્તીને જોખમમાં મૂકો. કારણ કે લાંબા સમય સુધી આવું ભોજન લેવાથી તમારું પાચનતંત્ર અને સ્વાસ્થ્ય ખરાબ થઈ શકે છે. એ જ પ્રમાણે તમારી જે પણ બચત હોય એને તમે તમારા મિત્રોની સાથે પાર્ટી કરવામાં વેડફી શકો છો અને લાંબાગાળે તમે જોઈ શકશો કે, તમારી પાસે બચતને નામે કશું જ રહ્યું નથી. એ જ પ્રમાણે તમે તમારા સમયને પણ મનોરંજનની પાછળ એટલે કે ટી.વી.જોવા, ફિલ્મો નિહાળવા, ગીતો સાંભળવા કે બહાર ફરવા જવા માટે વાપરી શકો છો, જ્યારે એ જ સમયનો ઉપયોગ જો તમે તમારા અભ્યાસ માટે કરી શક્યા હોત. તમે થોડા સમય પછી જોઈ શકશો કે, તમે અભ્યાસમાં પાછળ રહી ગયા છો. હજારો સફળ લોકોના સર્વેક્ષણ પછી જે ઉત્તર મળ્યો છે, તે આ પ્રમાણે છે કે- તેઓને પણ અઘરાં કાર્યો કરવા માટેની ઇચ્છા ન હતી, તેઓ પણ સરળ કાર્ય કરવાની ઈચ્છા ધરાવતા હતા. તેમ છતાં તેઓએ પોતાના મન ઉપર વિજય મેળવ્યો અને એ અઘરાં કાર્યોને પૂર્ણ કર્યા અને સફળતાના નવા કીર્તિમાન સ્થાપિત કર્યા. આત્મ-અનુશાસનને કારણે થોડી ઓછી યોગ્યતા ધરાવનાર વ્યક્તિ પણ ખૂબ મોટી સફળતા પ્રાપ્ત કરી શકે છે.

હું માનું છું અને જાણું છું કે આત્મ-અનુશાસન અત્યંત કઠિન બાબત છે પરંતુ હું તમને વિશ્વાસ અપાવવા ઈચ્છું છું કે, આત્મ-અનુશાસનથી તમે જે પરિણામ મેળવી શકો છો, એ બીજી કોઈ પણ રીત કે પદ્ધતિથી મેળવી શકતા નથી. આત્મ-અનુશાસન વિકસિત કરવા માટે હું થોડા સૂચનો આપીશ. સૌ પ્રથમ તમારી જાતને પૂછો કે જો હું આ કામને આ પ્રમાણે સતત કરીશ તો એનું શું પરિણામ આવશે? અને બીજું સ્વયંને પૂછો કે, શું હું મારા મનને નિયંત્રિત કરું છું કે મારું મન મને નિયંત્રિત કરે છે? શું મારી પાસે મારા મનનું રિમોટ કન્ટ્રોલ છે કે મારા મન પાસે મારું રિમોટ કન્ટ્રોલ છે?

વિદ્યાર્થીઓ માટે સમય પ્રબંધન સાથે જોડાયેલી ઉપયોગી વાતોઃ

★ નિરંતરતાના મહત્ત્વ માટે એક કહેવત છે કે, પ્રતિદિવસ એક સફરજન ખાશો તો તમારે ડૉક્ટર પાસે જવાની જરૂર પડશે નહીં. એટલે કે આપણે એક મહિનાના ૩૧ દિવસ દરરોજ એક સફરજન ખાવું પડશે ત્યારે જ એવું શક્ય બનશે. ૧ તારીખથી ૩૦ તારીખ સુધી તમે એક પણ સફરજન ન ખાઓ અને ૩૧મી તારીખે ૩૧ સફરજન એક સાથે ખાઈ લો આવું

તમે કરી શકતા નથી, આ શક્ય પણ નથી અને ઉચિત પણ નથી. એ જ પ્રમાણે જો તમારે સફળ બનવું હોય તો તમારે દરરોજ નિયમિત રીતે તમારો અભ્યાસ કરવો જોઈએ.

* **નાની મુશ્કેલી કે મોટી ખુશીઓ :** એ તમારા ઉપર આધાર રાખે છે કે તમે નાની મુશ્કેલીને પસંદ કરો છો કે મોટી ખુશીઓને. જો તમે પરીક્ષાના સમયે ટીવી ઉપર તમારા મનપસંદ કાર્યક્રમ જોતા નથી અને અભ્યાસમાં એ સમય આપો છો, ત્યારે થોડા સમયે તમને થોડી તકલીફ પડશે પરંતુ અભ્યાસ કરવાના પરિણામ સ્વરૂપે જ્યારે તમને સારા માર્ક્સ પ્રાપ્ત થાય છે અને તમને દીર્ઘકાલીન આનંદ અને ખુશી પ્રાપ્ત થાય છે. જેથી પોતાને સફળતા અપાવનારી નાની તકલીફોને વેઠી લેવી, જેથી તમે દીર્ઘકાલીન આનંદ અને ખુશીઓ પ્રાપ્ત કરી શકો, એમાં જ સમજદારી છે.
* આત્મ-અનુશાસન કામ કરવા માટેની એ યોગ્યતા છે, જેને તમારે યોગ્ય સમયે કરવી જોઈએ, ભલે એ કરવાની તમારી ઇચ્છા છે કે નથી.

અધ્યાય - ૫૦

જીવનનો અર્થ છે સંતુલન

"પોતાનું જીવન ક્રોધ, પસ્તાવા, ચિંતાઓ વગેરે બાબતોમાં બરબાદ ના કરો, દુઃખી થવા માટે જીવન ખૂબ નાનું છે." : રૉપ ટી. બેનેટ

પ્રકૃતિએ આપણને એટલા બધા વરદાનો આપ્યા છે, એમાંનું એક વરદાન ભોજન પણ છે. સારા સ્વાસ્થ્ય માટે એ જરૂરી છે કે, મનુષ્ય દરેક પ્રકારના ભોજનનું સેવન કરે, જેથી આપણને દરેક પ્રકારના પોષક તત્વો પ્રાપ્ત થઈ શકે. એ માટે મનુષ્યએ દરેક પ્રકારના ફળ, શાકભાજી, અનાજ, સૂકામેવા દૂધ વગેરે પોતાના આહારમાં સામેલ કરવા જોઈએ.

માની લો કે, હું તમને કહું છું માત્ર બટાટા જ ખાઓ અને બીજી કોઈ જ વસ્તુ ન ખાઓ એ પણ દરેક સમયે અને દરરોજ. તમને શું લાગે છે, આવું શક્ય છે? બિલકુલ પણ નહીં.

હવે તમે મને જણાવો કે, તો એવું કેવી રીતે સંભવ થઈ શકે છે કે, તમે માત્ર અને માત્ર અભ્યાસ કરો. હંમેશાં આ મહત્ત્વપૂર્ણ વાતને યાદ રાખો કે, શિક્ષણ એ જીવનનો અત્યંત મહત્ત્વપૂર્ણ ભાગ છે પરંતુ આ માત્ર ભાગ છે સંપૂર્ણ જીવન નથી. જીવનનો અર્થ છે સંતુલન. દરેક વસ્તુનો એક સમય નક્કી હોય છે. અભ્યાસ કરવાનો, રમવાનો, ખાવાનો, આનંદ કરવાનો. એક સારું શિક્ષણ

આપણને એ શીખવાડે છે કે, જીવનને કેવી રીતે સારી રીતે જીવી શકાય. માની લો કે, તમે ભણવામાં ખૂબ સારા છો, પરંતુ તમારી તંદુરસ્તી લેશમાત્ર સારી રહેતી નથી, તો શું તમે તમારા શરીર સિવાય ભણી શકો છો?

એટલા માટે જેટલું મહત્ત્વ તમે તમારા શિક્ષણને આપો છો, એટલું જ મહત્ત્વ તમારા સ્વાસ્થ્યને પણ આપો. જો તમે સ્વસ્થ નહીં રહો તો તમે મન લગાવીને ભણી નહીં શકો અને તમારો સમય વેડફાઈ જશે. સંતુલન જાળવો, રમવા માટે, લોકોને મળવા માટે, પોતાની ઈચ્છાઓને પૂરી કરવા માટે. કોઈપણ વસ્તુને તેની મર્યાદામાં રહીને કરવામાં આવે તો એમાં કશું ખરાબ નથી. આપણે આપણા તહેવાર ઉજવવાનો આનંદ પણ માણવો જોઈએ, આપણે લગ્નો અને પાર્ટીઓનો આનંદ પણ લેવો જોઈએ, રજાઓની મજા પણ માણવી જોઈએ, ફિલ્મો પણ જોવી જોઈએ, ગીતો પણ સાંભળવા જોઈએ, રમવાનો આનંદ પણ લેવો જોઈએ પરંતુ મેં જે પ્રમાણે આગળ કહ્યું, એ પ્રમાણે દરેક બાબતો તેની મર્યાદામાં જ કરવી જોઈએ. સંશોધનો દ્વારા જાણવા મળ્યું છે કે, આવી છૂટછાટોથી આપણને નવી ઊર્જા પ્રાપ્ત થાય છે, જેનાથી આપણા પ્રદર્શનમાં સુધારો આવે છે. કદાચ મારી વાત સાથે બધાં સહમત ન પણ થાય પરંતુ મને લાગે છે કે, જો કોઈ કાર્યને ૩૬૪ દિવસ ના કરો અને એ બધા કામો તમે એક જ દિવસમાં કરવા માટે ચિંતિત બની જાઓ તો આ અયોગ્ય છે. કોઈ પણ પકવાન ત્યારે જ રુચિકર લાગે છે, જ્યારે તેની સાથે બીજી બધી વસ્તુઓની સંતુલન હોય, જો એમાં મસાલા, તેલ કે મીઠું ઓછું કે વધારે હોય તો એ સારું લાગતું નથી. એ જ પ્રમાણે જીવનમાં શિક્ષણનું પણ મહત્ત્વ છે પરંતુ એને સુંદર બનાવવા માટે બીજી વસ્તુઓની પણ આવશ્યકતા પડે છે.

વિદ્યાર્થીઓ માટે સમય પ્રબંધન સાથે જોડાયેલી ઉપયોગી વાતોઃ

★ **જે કંઈ કરો એનો આનંદ માણો :** વિદ્યાર્થી વર્ગની સાથે એક મોટી સમસ્યા એ હોય છે કે, તેઓનું શરીર ક્યાંય હોય છે અને એમનું મન પણ ક્યાંક બીજે હોય છે. જ્યારે તેઓ સ્કૂલમાં કે કૉલેજમાં હોય છે ત્યારે એમનું મન ઘર તરફ કે બીજી કોઈ તરફ હોય છે અને જ્યારે તેઓ ઘરે હોય છે ત્યારે એમનું મગજ સ્કૂલની ચિંતામાં ખોવાયેલું હોય છે. આનું સમાધાન એ જ છે કે જ્યાં જાઓ, પોતાના શરીરની સાથે

પોતાના મનને પણ લઈ જાઓ. જ્યારે તમે સ્કૂલમાં કે કૉલેજમાં હો ત્યારે ત્યાં રસપૂર્વક ધ્યાન આપો. એ જ પ્રમાણે તમે કોઈ લગ્નમાં કે પાર્ટીમાં જાઓ ત્યારે પોતાના મનને ત્યાં લઈ જાઓ અને એનો આનંદ માણો.

* **રજાઓનો આનંદ માણો :** જે રીતે આખા દિવસના પરિશ્રમ પછી રાત્રે શરીરને આરામની આવશ્યકતા હોય છે, એ જ પ્રમાણે નિરંતર અઠવાડિયાઓ અને મહિનાઓ સુધી અભ્યાસ કર્યા પછી મનને પણ થોડા વિશ્રામની અને પરિવર્તનની આવશ્યકતા હોય છે. રજાઓમાં પોતાના પરિવારના વડીલોને મળો. જેમ કે દાદા-દાદી, નાના-નાનીના ઘેર જાઓ, એમની પાસેથી શીખો અને એમના અનુભવોનો લાભ ઉઠાવો. પોતાની રુચિને વધારે ઓપ અને ઘાટ આપો, જેમ કે નૃત્ય, કળા, સંગીત વગેરે જે પણ હોય એનો પણ આનંદ માણો.

અધ્યાય - ૫૧

તમે જેટલી વધારે મહેનત કરો છો, તમે એટલા જ વધારે ભાગ્યશાળી બનો છો

"એનાથી કોઈ ફરક નથી પડતો કે, તમે કેટલી કઠિન મહેનત કરો છો, આ ધરતી પર કોઈ બીજું પણ છે, જે તમારા કરતાં વધારે કઠિન મહેનત કરી રહ્યો છે." : ઍલન મસ્ક

કાચબા અને સસલાની વાર્તા તો આપણે બધાએ સાંભળેલી છે. તેમ છતાં હું તમને આ વાર્તાનું સ્મરણ કરાવું છું. એકવાર એક સસલા અને કાચબાની વચ્ચે એક દોડવાની સ્પર્ધા આયોજિત થઈ. સસલા પાસે ગતિ હતી એટલે એ ખૂબ ઝડપથી દોડ્યું અને આગળ નીકળી ગયું અને તેણે જ્યારે પાછું વળીને જોયું તો કાચબાનું ક્યાંય નામોનિશાન નહોતું. તેણે વિચાર્યું કે, શા માટે થોડીવાર રોકાઈને આરામ કરી લેવામાં ન આવે અને એક ઝાડ નીચે એ સુઈ ગયું. બીજી બાજુ કાચબો તેની ધીમી-ધીમી ગતિએ પરંતુ નિરંતર ચાલતો રહ્યો અને જ્યારે સસલાની આંખો ખૂલી ત્યાં સુધીમાં તો કાચબો હરિફાઈ જીતી ગયો હતો. આપણે કાચબાની સસલા સાથે સરખામણી કરીએ તો આપણે જાણી શકીશું કે, તેનામાં સસલાની જેમ તીવ્ર ઝડપથી દોડવાની ક્ષમતા કે યોગ્યતા ન હતી, તેમ છતાં

પણ એ સતત ચાલતો રહ્યો અને પરિશ્રમ કરતો રહ્યો.

આ વાર્તાની જેમ હું મારા સ્કૂલના અનેક સાથીમિત્રોને જાણું છું કે, જેઓમાં પ્રતિભા અને ક્ષમતા તો વિપુલ માત્રામાં હતી પરંતુ એને ઓપ આપવા અને નિખારવા માટે તેઓએ ક્યારેય મહેનત કરી ન હતી અને તેઓ પાછળ રહી ગયા અને હું મારા એવા બીજા સાથી મિત્રોને પણ જાણું છું કે, જેમનામાં ક્ષમતા અને પ્રતિભા થોડી ઓછી હતી પરંતુ તેઓ પરિશ્રમના આધારે સફળતાના શિખરને આંબી શક્યા.

જેઓ પોતાના ઉપલબ્ધ સંસાધનોનો શ્રેષ્ઠ ઉપયોગ કરે છે અને મહત્તમ પરિણામ પ્રાપ્ત કરે છે, આવા લોકો સમજદાર હોય છે અને જેઓ પોતાની નિષ્ફળતાઓ માટે બહાનાઓ આપ્યા કરે છે અને એનો દોષ બીજા લોકોને માથે મઢવાનો પ્રયાસ કરે છે, તેઓને મૂર્ખ લોકો કહી શકાય અને આ પ્રમાણે કરવાથી તેઓ પોતાના સમયને બરબાદ કરી નાંખે છે.

વિદ્યાર્થી જીવનથી જ વ્યક્તિના ભવિષ્યનો પાયો રચાય છે, આથી અત્યારથી જ એ વાતની ગાંઠ બાંધી લો કે, જો તમારે જીવનમાં સફળ બનવું છે, તો તમારે ખુદ તેની જવાબદારી લેવી પડશે. જેનો અર્થ એ છે કે, પરિશ્રમ તમારે ખુદ જ કરવાનો છે.

ઘણા બધા લોકોને એમ લાગતું હોય છે કે, સફળતા માત્ર ભાગ્યથી જ મળે છે. સંભવ છે કે સફળતામાં ભાગ્યની ભૂમિકા હોઈ શકે પરંતુ એવું કહેવું તદ્દન અયોગ્ય ગણાશે કે સફળતા સંપૂર્ણ રીતે ભાગ્ય ઉપર નિર્ભર છે .

એક મહાન માણસને તેની સફળતાનું રહસ્ય પૂછવામાં આવ્યું, ત્યારે તેણે જણાવ્યું કે, "મારી સફળતાનું રહસ્ય માત્ર એટલું જ છે કે, હું જેટલો વધારે પરિશ્રમ કરું છું તેટલો જ વધારે ભાગ્યશાળી બનતો જાઉં છું."

ઍડિસન જ્યારે નાના હતા ત્યારે એમના શિક્ષકોએ એવી ભવિષ્યવાણી કરી હતી કે, તેઓ મંદબુદ્ધિના છે અને કશું પણ શીખવા કે સમજવા માટે અક્ષમ છે એટલે એમને સ્કૂલમાંથી કાઢી મૂકવામાં આવ્યા હતા પરંતુ જ્યારે તેઓ મોટા થયા ત્યારે તેઓ મહાન આવિષ્કારક બની ગયા. અબ્રાહમ લિંકન પણ પોતાના જીવનના પ્રારંભિક તબક્કાઓમાં વારંવાર સતત દરેક ક્ષેત્રમાં નિષ્ફળ થયા હતા પરંતુ એમણે પ્રયત્નો કરવાનું ક્યારેય ના છોડ્યું અને છેવટે 52 વર્ષની ઉંમરે તેઓ અમેરિકાના રાષ્ટ્રપતિ બન્યા. આપણી પાસે એવા હજારો ઉદાહરણો છે, જે આપણને વારંવાર જણાવે છે કે સફળતામાં ભાગ્ય કરતાં

પરિશ્રમની ભૂમિકા વધારે મહત્ત્વની હોય છે.

હું વિદ્યાર્થીઓને માત્ર એટલું જ કહેવા ઇચ્છીશ કે, જો તમારામાં પ્રતિભા છે તો તેના ઉપર મહેનત કરો અને એ પ્રતિભાને ઓપ અને ઘાટ આપો. જો તમારામાં પ્રતિભાની ઉણપ છે તો વધારે પરિશ્રમ કરો અને વિજેતા બનો કારણ કે, આપણું નિયંત્રણ પરિણામો પર નહીં પરંતુ આપણા દ્વારા કરવામાં આવેલા કર્મો ઉપર હોય છે.

વિદ્યાર્થીઓ માટે સમય પ્રબંધન સાથે જોડાયેલી ઉપયોગી વાતો:

* જ્યારે પણ તમારે એવો કોઈ વિષય ભણવાની ફરજ પડે, જેમાં તમારી લેશમાત્ર રુચિ નથી અથવા તો એમાં તમે નબળા છો, તો સસલા અને કાચબાની વાર્તાને યાદ રાખો કે કેવી રીતે કાચબાએ તેની નિર્બળતા હોવા છતાં નિરંતર પરિશ્રમથી વિજય પ્રાપ્ત કર્યો. આ પ્રમાણે તમે પણ કાચબાની જેમ વિજેતા બની શકો છો.
* ભાગ્ય કે કોઈ અન્ય વ્યક્તિને દોષ આપ્યા સિવાય એમ વિચારવું કે, તમે શું કરી શકો છો અને જે પણ સંભવ બને એ કરો અને આગળ વધો.

અધ્યાય - ૫૨

તમારું ફોકસ શેના પર છે?

"પોતાની નિષ્ફળતાઓની સંભાવનાઓ પર ધ્યાન કેન્દ્રિત કરવાના બદલે પોતાની સફળતાઓની સંભાવનાઓ પર ધ્યાન કેન્દ્રિત કરો." : નેપોલિયન હિલ.

મને પૂરેપૂરો વિશ્વાસ છે કે, બાળપણમાં તમે પણ સૂર્યના કિરણોને મેગ્નિફાઈંગ ગ્લાસ દ્વારા ફોકસ (કેન્દ્રિત) કરીને કાગળને ચોક્કસપણે સળગાવ્યો હશે. જો ત્યારે એવું કર્યું ન હોય તો હવે પછી ચોક્કસ કરજો. આજના સાંપ્રત સમય દરમિયાન સતત નકારાત્મકતાનો વરસાદ વરસી રહ્યો છે. આવી સ્થિતિમાં આપણા વિચારો સ્વાભાવિક રીતે નકારાત્મક બની જાય એવી શક્યતાઓ રહેલી છે, પરંતુ જો આપણે સફળ બનવાની ઈચ્છા રાખીએ છીએ તો આ આપણી જવાબદારી છે કે, આપણે આપણા દષ્ટિકોણને પ્રત્યેક સંજોગોમાં સકારાત્મક બનાવીએ.

માત્ર વિદ્યાર્થી વર્ગ જ નહીં પરંતુ સામાન્ય મનુષ્ય પણ આ વાતની કલ્પના કરતા રહે છે કે, ખરાબમાં ખરાબ શું હોઈ શકે છે અને આપણે તેના ખરાબ પરિણામોથી કેવી રીતે બચી શકીએ છીએ? આ પ્રમાણે વિચારવાના બદલે

આપણે એ પ્રમાણે વિચાર કરવો જોઈએ કે, સારામાં સારું શું હોઈ શકે છે અને આપણે કયા કામને શ્રેષ્ઠ રીતે કરી શકીએ છીએ?

ઉપર મેગ્નિફાઈંગ ગ્લાસથી કાગળને સળગાવવાનો પ્રયોગ મેં તમને એટલા માટે કરવા જણાવ્યું છે, કારણ કે મેગ્નિફાઈંગ ગ્લાસનું ઉદાહરણ આપણને જણાવે છે કે, જો સૂર્યના કિરણોને ફોકસ (કેન્દ્રિત) કરીએ તો સૂર્યના કિરણોની ગરમી અનેક ગણી વધી જાય છે, જેના કારણે કાગળ પણ સળગવા લાગે છે. એ જ પ્રમાણે તમે તમારા જીવનમાં કોઈપણ બાબત ઉપર તમારું ફોકસ (ધ્યાન કેન્દ્રિત) કરો છો કે વધારે ઊર્જા આપો છો, તો એમાં વૃદ્ધિ થાય છે. જો તમે માત્ર ખરાબ બાબતો કે વસ્તુઓ ઉપર જ તમારું ફોકસ (ધ્યાન કેન્દ્રિત) કરો છો અને ખરાબમાં ખરાબની કલ્પના કરી રહ્યા છો, ત્યારે નિષ્ફળતા મળવી નિશ્ચિત છે. એ જ પ્રમાણે જો તમે તમારી ઊર્જા આ વાત ઉપર ખર્ચ કરી રહ્યા છો કે, તમે તમારા કાર્યને કેટલી સારી રીતે કરી શકો છો અને તેનાથી વધારે સારું શું થઈ શકે છે? આમ કરવાથી તમારી સફળતાઓની શક્યતાઓ ચમત્કારિક રીતે વધી જાય છે. એ માટે હંમેશાં તમારા દૃષ્ટિકોણને સકારાત્મક રાખો.

જ્યાં સુધી મારો વિષય છે તો, હું ગીતામાં લખેલા આ વાક્ય ઉપર વિશ્વાસ કરું છું, “કર્મ કરો અને ફળની અપેક્ષા ન રાખો.” મારા મતે આ વાક્યનો જે અર્થ છે, તેનું હું વધારે સ્પષ્ટીકરણ કરવાની ઈચ્છા રાખું છું. અહીંયા “કર્મ”નો અર્થ આપણી સૌથી શ્રેષ્ઠ અને સાર્થક મહેનત સાથે છે અને “ફળની અપેક્ષા”નો અર્થ એ બાબત સાથે છે કે ખરાબમાં ખરાબ થવાની કલ્પના કરવામાં ઊર્જા ખર્ચવાને બદલે એ વિશ્વાસ સાથે કાર્ય કરો કે, “મેં મારા સર્વોત્તમ અને સાર્થક પ્રયાસો કર્યા છે હવે બાકીનું ઈશ્વર ઉપર છોડી દઉં છું, મને ઈશ્વર ઉપર સંપૂર્ણ વિશ્વાસ છે અને તેઓ હંમેશાં મારી સહાયતા કરે છે.” આથી, વિદ્યાર્થીઓને મારું એ જ સૂચન છે કે, તમારું ધ્યાન માત્ર અને માત્ર સાર્થક રીતે અભ્યાસ કરવામાં જ કેન્દ્રિત કરો.

વિદ્યાર્થીઓ માટે સમય પ્રબંધન સાથે જોડાયેલી ઉપયોગી વાતોઃ

★ શું તમે ક્યારેય સૂર્યના કિરણોને મેગ્નિફાઈંગ ગ્લાસ દ્વારા ફોકસ (કેન્દ્રિત)કરીને કાગળને સળગાવ્યો છે? જો હા, તો કલ્પના કરો કે, જો તમે ખરાબથી ખરાબ થવાની કલ્પના કરવા પર એ જ પ્રકારે ફોકસ

(ધ્યાન કેન્દ્રિત) કરતા રહ્યા, તો આ તમારા જીવનને એવી રીતે સળગાવી દેશે, જેવી રીતે મેગ્નિફાઇંગ ગ્લાસ દ્વારા કાગળ સળગે છે. હજુ સુધી મેગ્નિફાઇંગ ગ્લાસનો પ્રયોગ નથી કર્યો, તો અત્યારે તુરંત જ એનો પ્રયોગ કરો.

★ આજથી જ પોતાનું ફોકસ (ધ્યાન) ખરાબથી ખરાબ કલ્પના કરવાના બદલે એ વાત પર કરો કે, તમે શું કરી શકો છો અને તમારી સાથે સારામાં સારું શું થઈ શકે છે અને એને પોતાની આદત બનાવી લો.

અધ્યાય - ૫૩

અભ્યાસને સરળ બનાવો

"સમય મુખ્ય વસ્તુ નથી, આ એકમાત્ર વસ્તુ છે." :માઈલ્સ ડેવિસ

આ પુસ્તકમાં મેં આગળ પણ એક અધ્યાયમાં તમને જણાવ્યું છે કે, ધોરણ ૮ સુધી હું કૉમ્પ્યુટર વિષયથી ખૂબ દૂર ભાગતો હતો કારણ કે મને એમાં વધારે સમજ પડતી ન હતી આથી, એ મારા માટે અઘરો વિષય હતો. જો તમારા માટે પણ કોઈ વસ્તુ અઘરી હશે તો સ્વાભાવિક તમે એનાથી બચવાનો પ્રયાસ કરશો. ઘણી બધી બાબતો ઉપર હું ચર્ચા કરવા ઈચ્છું પરંતુ એક જ પુસ્તકમાં બધી જ વાતોને સમેટવી સંભવ નથી. આથી, હું અહીંયા એવી ત્રણ બાબતો વિશે ચર્ચા કરીશ, જેને સરળ બનાવવાથી હું ભણવામાં ઝડપથી સફળતા પ્રાપ્ત કરી શક્યો.

- ડિસેમ્બર ૨૦૦૪ની વાત છે. અમારા ગોરખપુર શહેરમાં મેમરીના ભારતીય રેકૉર્ડ હૉલ્ડર આવ્યા હતા. જેને સરળ ભાષામાં કહીએ તો એવી વ્યક્તિઓ, જે એ સમયે ભારતના સૌથી સારી સ્મરણશક્તિના માલિક હતા. તેઓ લાંબી-લાંબી સંખ્યાઓને આગળથી પાછળ સુધી જણાવી શકતા હતા. અસંખ્ય લોકોના નામ પૂછીને થોડા સમય પછી એમના સાચા નામ ફરીથી જણાવી શકતા હતા. અમે એવા લોકોના આવા અદ્ભૂત કારનામાઓ જોયા અને કાર્યક્રમ પૂરો થયો, ત્યારે એમણે

જણાવ્યું કે તમે બધાં પણ એમના જેવી જ સ્મરણશક્તિ પ્રાપ્ત કરી શકો છો અને એના માટે અમે ત્રણ દિવસના સેમિનારનું આયોજન કરી રહ્યા છીએ જેમાં તેઓ જણાવશે કે, યાદ રાખવા માટે તેઓ કેવા પ્રકારની તકનીકોની મદદ લઈ રહ્યા છે. એ ત્રણ દિવસના સેમિનારની ફી ત્રણ હજાર રૂપિયા હતી. મેં મારા પિતાજી પાસે સલાહ માંગી અને એમણે જણાવ્યું કે, જા એવું બની શકે કે તને ઘણી બધી ઉપયોગી બાબતો શીખવા મળે અને એમની વાત સત્ય સાબિત થઈ. એ સેમિનારમાં એવી અનેક તકનીકો હું શીખ્યો, જેના કારણે હું બધી વસ્તુઓને ઝડપથી અને સરળતાથી યાદ રાખી શકતો હતો અને મારામાં આત્મવિશ્વાસ પણ આવી ગયો કે, મારા મગજમાં પણ ઝડપથી યાદ રાખવાની ક્ષમતા છે, માત્ર મારે એ તકનીકોનો ઉપયોગ કરવાનો છે. જો તમે પણ આ તકનીકો વિશે જાણવા ઇચ્છો છો તો ઇન્ટરનેટ ઉપર શોધો અથવા તો કોઈ સારા પુસ્તકની દુકાન ઉપર જાઓ અને આ મેમરી તકનીકના પુસ્તકોને ખરીદો, જેનાથી યાદ રાખવા માટેના તમારા સમયની પણ બચત તો થશે જ, સાથ-સાથે તમને ઘણો આનંદ પણ આવશે.

- વર્ષ ૨૦૧૦માં મેં અભ્યાસ કરવા માટે એક લેપટૉપ ખરીદ્યું. એ સમયે પણ હું ઘણાં બધાં પુસ્તકો ખરીદતો અને વાંચતો હતો, પરંતુ મને ખબર પડી કે, જે લેખકોએ આ પુસ્તકો લખ્યા છે એમના કેટલા અત્યાધુનિક કોર્સીસ ઇન્ટરનેટ ઉપર વીડિયો ફોરમેટમાં ઉપલબ્ધ છે. એમના પુસ્તકો વાંચવાથી તો મને સારી એવી જ્ઞાન પ્રાપ્તિ તો થઈ જ હતી પરંતુ હવે આ કોર્સના માધ્યમથી વસ્તુઓ વધારે સરળ અને સ્પષ્ટ બની ગઈ. તમે આ સમયે જે પણ શિક્ષણ ગ્રહણ કરી રહ્યા છો, ઇન્ટરનેટના આ જમાનામાં તેના ઉપર તમારા અભ્યાસક્રમ સાથે જોડાયેલ ઘણા બધાં કોર્સ ઇન્ટરનેટ ઉપર નિઃશુલ્ક અથવા ખૂબ નજીવા શુલ્ક પર ઉપલબ્ધ છે, એનો લાભ ઉઠાવો.
- વાચકોની સહાયતા માટે હું નિયમિત રૂપે સફળતા અને આત્મ-સુધારણા સાથે સંલગ્ન વીડિયો નિયમિત રીતે અપલોડ કરતો રહું છું. જેને તમે નિઃશુલ્ક રૂપે મારી રાજલનીતિ ચેનલ ઉપર જોઈ શકો છો. ચેનલની લિંક છે –

  www.youtube.com/rajalneeti

- વર્ષ ૨૦૧૨ની વાત છે મારી પાસે પ્રથમ સ્માર્ટફોન હતો, જેમાં વૉઇસ રેકૉર્ડરની સુવિધા હતી. જેનો ઉપયોગ મેં મારા LL.B.ના અભ્યાસ માટે કર્યો. મેં મારા સેમેસ્ટરના દરેક વિષયોની મહત્ત્વપૂર્ણ વાતોને મારા પોતાના જ અવાજમાં રેકૉર્ડ કરી લીધી. ત્યારબાદ મને જ્યાં પણ અને જ્યારે પણ ફાજલ સમય મળે, હું ઈયરફોનના માધ્યમથી એને વારંવાર સાંભળતો હતો, જેના માટે મારે એક જ વાર મહેનત કરવી પડી હતી. તમે પણ કોઈ સ્માર્ટફોન ખરીદી શકો છો, જેમાં આવી જ વૉઇસ રેકૉર્ડરની સુવિધા હોય અને તેના માધ્યમથી તમે પણ એક જ વાર મહેનત કરી એનો વારંવાર લાભ મેળવી શકો છો.
- આ ત્રણ ઉદાહરણ છે જેના દ્વારા મારો અભ્યાસ અત્યંત સરળ બની ગયો હતો અને હું થોડા સમયમાં વધારે માહિતી ગ્રહણ કરી શક્યો. તમે પણ જ્યારે તમારા ભણવાની પદ્ધતિઓને સરળ બનાવી લેશો, ત્યારે તમે પણ શિક્ષણના ક્ષેત્રમાં ઝડપથી સફળ બનશો.

વિદ્યાર્થીઓ માટે સમય પ્રબંધન સાથે જોડાયેલી ઉપયોગી વાતોઃ

★ તમે તમારા ભણવાની પદ્ધતિને કેવી રીતે સરળ બનાવી શકો છો? ઓછામાં ઓછી પાંચ એવી પદ્ધતિઓ શોધી કાઢો, જેનાથી તમે તમારા ભણવાની રીતને સરળ બનાવી શકો છો અને ત્યારબાદ એને અમલમાં લાવો.

★ યાદ રાખો કે, આરંભમાં દરેક વસ્તુઓ ખૂબ અઘરી લાગતી હોય છે પરંતુ વારંવાર અભ્યાસ કરવાથી વસ્તુઓ સરળ બની જતી હોય છે, એ માટે કોઈપણ વિષયથી ગભરાશો નહીં. સૌ પ્રથમ એને સમજવાનો પ્રયાસ કરો અને ત્યારબાદ વધારેમાં વધારે જ્ઞાનમાં વૃદ્ધિનો પ્રયત્ન કરો.

અધ્યાય - ૫૪

પરીક્ષાના દિવસો

"ધીમે પ્રગતિ કરવાથી નહીં પરંતુ સ્થિર ઊભા રહેવાથી ડરો." : અજ્ઞાત

મોટાભાગના વિદ્યાર્થીઓ પરીક્ષાના દિવસોમાં ખૂબ તણાવમાં રહેતા હોય છે અને સંશોધન દ્વારા જાણવા મળ્યું છે કે, આપણું મગજ શાંતિની સ્થિતિમાં જેટલી સારી રીતે કાર્ય કરી શકે છે તેટલી સારી રીતે તણાવની સ્થિતિમાં કરી શકતું નથી. કહેવાનું તાત્પર્ય ખૂબ સરળ છે કે, આપણે એવું શું કરી શકીએ કે પરીક્ષાના દિવસો દરમિયાન આપણું મગજ શાંત રહે? ચાલો, સૌ પ્રથમ હું જ તમને જણાવું છું કે, જ્યારે હું કૉલેજનો વિદ્યાર્થી હતો ત્યારે હું શું કરતો હતો? :-

- પરીક્ષાની આગલી રાત્રે હું એ સુનિશ્ચિત કરી લેતો કે, હું એક સારી ઊંઘ લઈ લઉં.
- પરીક્ષાના દિવસોમાં હું એવા પ્રયાસ કરતો હતો કે, મારા સહપાઠીઓને બહુ ઓછું મળું કારણ કે, જ્યારે પણ હું મારા સહપાઠીઓને મળતો ત્યારે એવું બનવાની શક્યતાઓ વધારે આવી જતી હતી કે, એ લોકો

આ જ વિષયમાં ચર્ચા કરશે કે ક્યો પ્રશ્ન આવશે? તેં આ ટૉપિક કે આ વિષય વાંચી લીધો કે નહીં? વગેરે. જેના કારણે એવું બનતું કે મનની દુવિધામાં વધારો થઈ જતો હતો.

- પરીક્ષા કેન્દ્ર ઉપર હું ક્યારેય કોઈ નોટબુક કે પુસ્તક લઈ જતો ન હતો, જેથી પરીક્ષા શરૂ થાય એ પહેલાં હું કશું પણ વાંચું નહીં, જેનાથી મારા મનની દુવિધામાં વધારો ન થાય.
- ઘેરથી પરીક્ષા કેન્દ્ર ઉપર જતાં પહેલાં હું હેડફોન લગાવી હનુમાન ચાલીસા કે એમની આરતી સાંભળતો હતો અને પ્રભુની સહાયતા માંગતો હતો અને પછી પરીક્ષા આપવા માટે ઘેરથી નીકળતો હતો.
- પરીક્ષા પૂરી થઈ ગયા પછી મારા સહપાઠીઓનું સ્મિત વડે અભિવાદન કરી લેતો હતો. પેપર કેવું ગયું? એ અંગેની વધારે ચર્ચા કરતો ન હતો.
- પરીક્ષા પૂરી થયા પછી તરત જ સીધો ઘેર પહોંચી એ પ્રશ્નપત્રને સુરક્ષિત રીતે મૂકી દેતો અને આગલા દિવસે પરીક્ષા હોય તેમ છતાં થોડો આરામ કરી લેતો હતો. કારણ કે, એના કારણે આપણા મનને ખૂબ શાંતિ મળે છે અને આપણું મગજ રિચાર્જ થાય છે અને તમે વધારે શ્રેષ્ઠ રીતે આગળના અભ્યાસ માટે તૈયાર થઈ શકો છો.
- પરીક્ષાના દિવસોમાં હું વધારે વાંચતો ન હતો. માત્ર મહત્ત્વના મુદ્દાઓ કે નોટ્સ કે અગત્યની બાબતોનું જ અધ્યયન કરતો હતો અને બીજો કોઈ નવો વિષય તો લેશમાત્ર વાંચતો ન હતો.
- પરીક્ષાના દિવસોમાં હળવો ખોરાક લેતો હતો.

આ તો થઈ મારી વાત. આ મારી વાતો મારા માટે તો અત્યંત ઉપયોગી સિદ્ધ થઈ છે અને આના જેવી બીજી અનેક તકનીકોને અમલમાં લાવવાને કારણે હું ૯ ડિગ્રી/સર્ટિફિકેટ સુધી પહોંચી શક્યો. તમને પણ જો આ તકનીકો સારી લાગે તો, એને અપનાવો અને બાકીની છોડી દો. મને આશા છે કે, આ તકનીકો દ્વારા તમને પણ એ જ લાભ થશે, જે મને થયો હતો અને તમે પણ સફળ બની શકશો.

વિદ્યાર્થીઓ માટે સમય પ્રબંધન સાથે જોડાયેલી ઉપયોગી વાતો:

- ✶ તમે પણ થોડો સમય કાઢીને વિચાર કરો કે, તમે પરીક્ષાના દિવસોમાં એવું શું કરી શકો છો કે એ સમય દરમિયાન તમારું મગજ શાંત/ ઠંડું રહે અને પરીક્ષા દરમિયાન તમે વધારે શ્રેષ્ઠ રીતે વિચારી શકો અને ઝડપથી સફળતા પ્રાપ્ત કરી શકશો.
- ✶ પરીક્ષા માટે જબરદસ્ત તૈયારી કરો કારણ કે, તૈયારીથી આત્મવિશ્વાસ વધે છે. પરંતુ જો તમે પરીક્ષા પહેલાં લેશમાત્ર તૈયારી કરતા નથી અને માત્ર પરીક્ષાના દિવસે જ તૈયારી કરો છો, ત્યારે તમારો આત્મવિશ્વાસ વધવાને બદલે ઓછો થઈ જશે અને તમારી દુવિધાઓમાં પણ વૃદ્ધિ થશે.

અધ્યાય - ૫૫

કેટલીક મહત્ત્વપૂર્ણ વાતો

"વ્યસ્ત રહેવું મહત્ત્વપૂર્ણ નથી, મહત્ત્વપૂર્ણ એ છે કે, તમે કયા કામમાં વ્યસ્ત છો." : હેનરી ડેવિડ થોરો

વિદ્યાર્થીઓ માટે ટાઈમ મેનેજમેન્ટ ખંડમાં આપણે ઘણી બધી બાબતો અંગે ચર્ચા કરી અને આ છેલ્લા અધ્યાયમાં હું થોડા સૂચનો આપવા ઈચ્છીશ જે સંભવતઃ તમારા માટે ઉપયોગી સિદ્ધ થશે :-

- અંગ્રેજીમાં એક કહેવત છે કે, "એક ચિત્ર હજાર શબ્દ સમાન હોય છે." વાંચતી વખતે વસ્તુઓને સમજો, કલ્પના કરો કે, આ કેવી રીતે કામ કરે છે અથવા તો આ કેવું હશે અથવા કેવું દેખાશે? અને પરીક્ષાના સમયે પણ જો શક્ય હોય તો આ ચિત્રો અને ડાયાગ્રામ્સના માધ્યમથી વિષયને સમજો.
- એક વિષયના અનેક પુસ્તકો(જુદા જુદા લેખકોના)ના બદલે એક જ પુસ્તક પર નિપુણતા મેળવવી વધારે યોગ્ય રહેશે.
- પ્રત્યેક વિદ્યાર્થીઓએ ખુદ સમજવું પડશે કે, તે કઈ રીતે ઉત્તમ રીતે ભણી શકે છે? અમુક વિદ્યાર્થીઓ મોટેથી વાંચીને, કોઈ મનોમન વાંચીને તો કોઈ વિદ્યાર્થીઓ લખીને વસ્તુઓને સારી રીતે સમજી-શીખી શકતા હોય છે.(જ્યાં સુધી મારી વાત છે, મને ખબર પડી કે હું લખીને વધારે સારી રીતે સમજી શકું છું.) આ જ પ્રમાણે તમારું ટાઈમટેબલ પણ તમારા હિસાબથી જ બનાવો.

- વર્ગમાં શીખવાડવામાં આવેલી બાબતોને એ જ દિવસે થોડો સમય ફાળવીને રિવાઈઝ કરી લેવામાં આવે અથવા તો પુનઃ વાંચી લેવામાં આવે તો, એ ખૂબ સરળતાથી સમજમાં આવી જાય છે અને પરીક્ષાના સમયે એને વાંચતી વખતે એ વિષય નવો નહીં લાગે અને યાદ રાખવામાં સરળતા લાગશે.
- કોઈપણ વિષય અથવા તો ટૉપિક માટે વધારે સમય ફાળવવાને બદલે યોગ્ય એ જ થશે કે, દરેક વિષયો કે ટૉપિક્સને પહેલાં સારી રીતે વાંચી લો, ત્યારબાદ પુનઃ એ વિષય કે ટૉપિકને સમજવાનો પ્રયાસ કરો.
- એવો પ્રયાસ કરો કે પરીક્ષાના દિવસે કશું પણ નવું ન વાંચો.
- પરીક્ષા દરમિયાન અનેકવાર એવું બનતું હોય છે કે, આપણી તૈયારી સારી હોય છે. પરંતુ જ્યારે આપણે પરીક્ષાખંડમાં પ્રશ્નપત્ર જોઈએ છીએ, ત્યારે કશું પણ યાદ આવતું નથી અને આપણે સ્વયંને પૂછવા લાગીએ છીએ કે, આવું કઈ રીતે બની શકે? મેં તો આ વિષયને ખૂબ સારી રીતે તૈયાર કર્યો હતો! જ્યારે આપણે પરીક્ષાખંડમાંથી બહાર આવીએ છીએ ત્યારે બધું જ યાદ આવવા લાગે છે. આવું દબાણને કારણે બનતું હોય છે, જેનું નિર્માણ તમે ખુદ જ કર્યું હોય છે. એ માટે તણાવમુક્ત રહો, પ્રસન્ન મનથી પરીક્ષા આપો અને સફળ બનો.
- બીજાઓ સાથે નહીં પરંતુ ખુદની સાથે પ્રતિસ્પર્ધા કરો અને સર્વોત્તમ તૈયારી અને પ્રયાસ કરો અને બાકી બધું ઈશ્વર ઉપર છોડી દો.

વિદ્યાર્થીઓ માટે સમય પ્રબંધન સાથે જોડાયેલી ઉપયોગી વાતોઃ

- શિક્ષણ એ જીવનનો હિસ્સો છે, જીવન નથી. આથી, ના તો એને ભાર સમજો, ના તો એનાથી ડરો. સાચું શિક્ષણ જીવનને ઉત્તમ બનાવે છે. આથી, શિક્ષણને શીખવાનું અને આગળ વધવાનું એક માધ્યમ માનો.
- પ્રયત્ન કરનારની ક્યારેય હાર નથી થતી. ઘણીવાર વ્યક્તિ પ્રથમ પ્રયાસમાં સફળ થતા નથી, (હું પણ ઘણી વાર સફળ થઈ શક્યો નથી પરંતુ પાછળથી સફળ થયો) પરંતુ મહત્ત્વપૂર્ણ એ વાત છે કે, તમે તમારી દૃષ્ટિ લક્ષ્ય ઉપર જ રાખો. પ્રયત્નો ચાલુ જ રાખો, અંતે સફળતા તમને અવશ્ય મળશે.

સારાંશ

જો તમે મને પૂછશો કે આખરે સમય પ્રબંધન શા માટે કરવાનું? તો મારો ઉત્તર હશે- જીવનમાં સંતુલન જાળવવા માટે. મેં અનુભવ્યું છે કે, સામાન્ય માણસની સ્થિતિ જીવનમાં એક ફૂટબૉલ જેવી થઈ જાય છે અને એની પાસે જે કામ આવે છે એ કર્યા કરે છે. સામાન્ય જીવનમાં કામો અને સમસ્યાઓને કારણે એ એવી રીતે ભટકી જાય છે કે, પોતાના સ્વપ્નાઓને પૂરા કરી શકતો નથી અને ઈશ્વરે એને આપેલી પ્રતિભાનો ઉપયોગ કર્યા સિવાય આ ધરતી પરથી વિદાય લઈ લે છે. સૌથી દુ:ખની વાત તો એ છે કે, તે પોતાના જ લોકો એટલે કે પોતાના પરિવારના જ લોકો સાથે સમય વ્યતીત કરી શકતો નથી. આપણા માટે સૌથી મહત્ત્વપૂર્ણ એ છે કે, આપણે એ લોકો સાથે વધારે સમય વીતાવીએ, જેઓને આપણે પ્રેમ કરીએ છીએ એટલે કે આપણો પરિવાર. વર્તમાન સમયમાં આપણે પરિવારથી દૂર થઈ રહ્યા છીએ અને આપણે પતિ-પત્ની, બાળકો અને પરિવારના બીજા સદસ્યોને સમય આપી શકતા નથી. જીવનનો અર્થ સંતુલન છે અને આપણે જીવનને સંતુલિત બનાવવું પડશે, ત્યારે જ આપણું જીવન સાર્થક બનશે. સંતુલનનો અર્થ માત્ર આર્થિક પાસાઓમાં જ નહીં પરંતુ શારીરિક, માનસિક અને પારિવારિક દરેક ક્ષેત્રમાં સંતુલન સાથે છે, જેના માટે આ પુસ્તકમાં જણાવવામાં આવેલ સમય પ્રબંધનની વાતો તમારા માટે અસરકારક સાબિત થશે.

તમારા ઉજ્જવળ ભવિષ્યની કામના.
સ્વ. રાધેશ્યામ ગુપ્તાજીનો પૌત્ર "રાજલ".

તમને આ પુસ્તક કેવી લાગી, એ મને જરૂર જણાવો. તમારા સૂચન અને વિચાર મારા માટે અમૂલ્ય છે. મારી સાથે આ માધ્યમથી જોડાઈ શકો છો:-

Youtube : www.youtube.com/rajalneeti
Facebook : www.facebook.com/therajal
Twitter : www.twitter.com/therajal
Instagram : www.instagram.com/rajalneeti

રાજલનીતિ ટાઈમ મેનેજમેન્ટ પુસ્તકના વિમોચન માટે ઉત્તર પ્રદેશના માનનીય મુખ્યમંત્રી શ્રી યોગી આદિત્યનાથજીનો હૃદયપૂર્વક આભાર.

संख्या- ओ-6 · 388/सीएम-2/2019

योगी आदित्यनाथ

मुख्य मंत्री
उत्तर प्रदेश

दिनांक : 27 FEB 2019

प्रिय श्री राजल गुप्त जी,

आपकी पुस्तक 'राजलनीति टाइम मैनेजमेंट' के नवीन संस्करण की एक प्रति प्राप्त हुई, धन्यवाद।

यह अत्यन्त सराहनीय है कि पुस्तक को और अधिक उपयोगी बनाने के उद्देश्य से नवीन संस्करण में 40 पृष्ठों की अद्यतन सामग्री का समावेश किया गया है। मुझे आशा है कि समय प्रबन्धन पर लिखी गई यह पुस्तक पाठकों के लिये उपयोगी सिद्ध होगी।

सद्भावनाओं सहित,

आपका,

(योगी आदित्यनाथ)

श्री राजल गुप्त,
वॉच हाउस,
रेती का पुल,
गोरखपुर–273001,
उ0प्र0।

लाल बहादुर शास्त्री भवन, लखनऊ

મીડિયા કવરેજ

सराहा जा रहा राजलनीति का टाइम मैनेजमेंट

राजलनीति –2 : पुस्तक का विमोचन करते मुख्यमंत्री योगी आदित्यनाथ

गोरखपुर : टाइम मैनेजमेंट को लेकर युवा लेखक राजल गुप्ता द्वारा लिखी गई राजलनीतिः 2 पुस्तक लोगों में खूब सराही जा रही है। इस किताब से आमजन को ऐसे सिद्धांतों की जानकारी मिल रही है, जिससे कोई भी व्यक्ति अपने समय का बेहतर प्रबंधन करके कम समय से आगे बढ़ सकता है। इस पुस्तक का लोकार्पण दो दिन पूर्व गोरखनाथ मंदिर में मुख्यमंत्री योगी आदित्यनाथ द्वारा किया गया।

लेखक राजल ने बताया कि इससे पूर्व के संस्करण राजलनीति-1 का लोकार्पण भी पिछले वर्ष योगी आदित्यनाथ द्वारा ही किया गया था। उन्होंने बताया कि राजलनीति-1 के पहले अध्याय 'बच्चे मुश्किल में हों तो मां ही काम आती है' को इंटरनेट पर पांच लाख से ज्यादा लोगों ने पढ़ा और सराहा है।

"દૈનિક જાગરણ"
ગોરખપુર
૨૩/૧૦/૨૦૧૭

सीएम ने किया राजल नीति-2 का विमोचन

GORAKHPUR (21 Oct): राजल नीति-2 टाइम मैनेजमेंट पुस्तक का विमोचन सीएम योगी आदित्यनाथ ने गोरखनाथ मंदिर परिसर में किया. उन्होंने इस पुस्तक की सफलता के लिए लेखक राजल को शुभकामनाएं दी. राजल नीति के पूर्व संस्करण का लोकार्पण भी उन्होंने ही किया था. इस पुस्तक के पहले अध्याय 'बच्चे मुश्किल में हों तो मां ही काम आती है' को इंटरनेट पर पांच लाख से ज्यादा लोगों ने पढ़ा और सराहा था. राजल नीति-2 के लेखक राजल ने कहा कि वे खुद भी एक युवा हैं इसलिए आज के युवाओं की अपेक्षाएं, उनकी समस्याओं से भलीभांति परिचित हैं. उन्होंने कहा कि हमारे देश के युवा अपने कीमती समय का इस्तेमाल अपने जीवन के लक्ष्य की प्राप्ति के लिए करें ताकि देश उन्नति की ओर अग्रसर हो. इस अवसर पर कामिनी, राजेश, पूनम, नीतू, साक्षी, विजयलक्ष्मी, नीरज वर्मा, धीरज वर्मा आदि लोग मौजूद रहे.

"દૈનિક જાગરણ **I-Next**"
ગોરખપુર
૨૨/૧૦/૨૦૧૭

सीएम ने राजलनीति 2 का किया विमोचन

गोरखपुर। मुख्यमंत्री योगी आदित्यनाथ ने युवा लेखक राजल की 'राजलनीति 2 टाइम मैनेजमेंट' का विमोचन किया। गोरखनाथ मंदिर में पुस्तक का विमोचन करते हुए उन्होंने राजल को आशीर्वाद प्रदान करते हुए शुभकामनाएं भी दी।

राजल ने कहा कि शीघ्र ही वे एक नई पुस्तक दी राजलनीति सीरीज टाइम मैनेजमेंट प्रकाशन के लिए तैयार है। उन्होंने कहा कि इस पुस्तकों से कोई भी व्यक्ति अपने समय का बेहतर प्रबंधन कर कम समय में ही स्वयं को आगे बढ़ा सकता है। इस अवसर पर शैवाल श्रीवास्तव, कामनी, राजेश, पूनम, नीतू, साक्षी, विजयलक्ष्मी, नीरज वर्मा, धीरज वर्मा उपस्थित रहे।

"હિંદુસ્તાન"
ગોરખપુર ૧૯/૧૦/૨૦૧૭

મીડિયા કવરેજ

मुख्यमंत्री ने किया राजल नीति-2 का विमोचन

"રાષ્ટ્રીય સહારા"
ગોરખપુર, ૧૯/૧૦/૨૦૧૭

मुख्यमंत्री ने किया राजलनीति -२ का लोकार्पण

"आज" गोरखपुर 19/10/2017

"આજ" ગોરખપુર, ૧૯/૧૦/૨૦૧૭

सीएम ने किया राजलनीति-2 का विमोचन

गोरखपुर। टाइम मैनेजमेंट संबंधित पुस्तक राजलनीति-2 का विमोचन सीएम योगी आदित्यनाथ ने किया। उन्होंने इस पुस्तक की सफलता के लिए लेखक राजल को आशीर्वाद दिया।

राजलनीति के पूर्व संस्करण का विमोचन भी महंत योगी आदित्यनाथ ने 19 अक्टूबर 2016 को किया था। इस पुस्तक के पहले अध्याय बच्चे मुश्किल में हों तो मां ही काम आती है को इंटरनेट पर पांच लाख से ज्यादा लोगों द्वारा पढ़ा और सराहा गया है। राजल ने इस पुस्तक को अपने नाना स्व. पुरुषोत्तम गुप्त व नानी स्व. सुषमा गुप्ता को समर्पित किया है। कहा कि आज वो जो भी है अपने दादा स्व. राधेश्याम गुप्त की प्रेरणा से है। जहां तक इस पुस्तक का विषय है मैं खुद भी एक युवा हूं और इसलिए आज के युवाओं की अपेक्षाएं, उनकी समस्याओं से भली भांति परिचित हूं। हमारे देश के युवा अपने कीमती समय का इस्तेमाल अपने जीवन के लक्ष्य की प्राप्ति के लिए करें और हमारा देश उन्नति की ओर अग्रसर हो। इस अवसर पर शैवाल श्रीवास्तव, कामनी, राजेश, पूनम, नीतू, स्वाति, विजयलक्ष्मी, नीरज वर्मा, धीरज वर्मा आदि उपस्थित थे।

"તૂફાન્હા" ગોરખપુર,
૨૨/૧૦/૨૦૧૭

GFR Gorakhpur News
19 Oct at 16:15

पुस्तक को भारत सरकार द्वारा कॉपीराइट भी प्राप्त है। यह पुस्तक अमेज़न जैसी ऑनलाइन वेबसाइट पर भी उपलब्ध होगी।
https://www.facebook.com/GorakhpurLive/
http://gorakhpur.finalreport.in/

सीएम योगी ने किया राजलनीति 2 का लोकार्पण
गोरखपुर: मुख्यमंत्री योगी आदित्यनाथ ने बुद्धवार को राजलनीति 2...
gorakhpur.finalreport.in

"ગોરખપુર ન્યૂઝ ફાઈનલ રિપોર્ટ"

मुख्यमंत्री ने किया राजलनीति 2 का लोकार्पण
गोरखपुर : राजलनीति 2 टाइम मैनेजमेंट पुस्तक का लोकार्पण...
newsliveindia.com

ન્યૂઝ લાઈવ ઈંડિયા.કૉમ

'गोरखपुर : CM योगी आदित्यनाथ ने किया 'राजलनीति 2' का विमोचन' Eenadu India Hindi -

गोरखपुर : CM योगी आदित्यनाथ ने किया 'राजलनीति 2' का विमोचन
hindi.eenaduindia.com

ઈનાડુ ઈંડિયા.કૉમ

गोरखपुर में मुख्यमंत्री योगी आदित्यनाथ ने किया राजनीति 2 का लोकार्पण
gorakhpurtimes.com

Gorakhpur Times
October 18 at 3:44pm

गोरखपुर में मुख्यमंत्री योगी आदित्यनाथ ने किया राजलनीति 2 का लोकार्पण

ગોરખપુર ટાઈમ્સ.કૉમ

"ભારતના માનનીય ઉપરાષ્ટ્રપતિ શ્રી વેંકૈયા નાયડૂજીએ રાજલનીતિ ટાઈમ મેનેજમેન્ટ પુસ્તકને પોતાની શુભેચ્છાઓ આપી."

उपराष्ट्रपति ने राजलनीति किताब के लिए दी बधाई

गोरखपुर। देश के उपराष्ट्रपति वैंकैया नायडू ने शहर के युवा लेखक राजल गुप्त की किताब 'राजलनीति' के लिए उन्हें शुभकामना दी है। मंगलवार को राजल ने बताया कि उपराष्ट्रपति के निजी सचिव एन युवराज ने पत्र भेजकर किताब मिलने की पुष्टि की है। साथ ही शुभकामना संदेश भी दिया है।

"હિન્દુસ્તાન", ગોરખપુર.

उप राष्ट्रपति ने दी 'राजलनीति-2' के लिए शुभकामना

गोरखपुर (एसएनबी)। भारत के उप राष्ट्रपति वेंकैया नायडू ने युवा लेखक राजल को उनकी पुस्तक 'राजलनीति-2' के लिए शुभकामनाएं दी हैं। इस पुस्तक का विषय समय प्रबंधन है। राजल को उप राष्ट्रपति ने एक पत्र के माध्यम से अपनी शुभकामनाएं दी। राजलनीति-2 का विमोचन इसी वर्ष उत्तर प्रदेश के मुख्यमंत्री महंत योगी आदित्यनाथ ने किया था। वर्ष 2006 में महंत योगी आदित्यनाथ ने ही राजलनीति के प्रथम संस्करण का भी विमोचन किया था। राजलनीति-2 ऐसे सिद्धांत बताती है जिन पर चलकर व्यक्ति अपने समय का बेहतर प्रबंधन करके कम समय में ही काफी आगे बढ़ सकता है। लेखक राजल ने बताया कि पुस्तकों की लोकप्रियता का देखते हुए राजलनीति तथा राजलनीति-2 का अंग्रेजी संस्करण भी जल्द ही उपलब्ध होगा।

"રાષ્ટ્રીય સહારા", ગોરખપુર.

આભાર...

- અમારા બાઉજી (દાદાજી) સ્વર્ગીય રાધેશ્યામ ગુપ્તાજી અમારા આદર્શ, અમારા પ્રેરણાસ્ત્રોત, આજે અમે જે પણ છીએ, માત્ર એમના જ કારણે.
- સ્વર્ગીય ડૉ.કીર્તિબાલા (બુઆજી)
- રાજલનીતિ ટાઈમ મેનેજમેન્ટ સમર્પિત છે અમારા નાનાજી સ્વર્ગીય પુરુષોત્તમ ચન્દ્ર ગુપ્તાજી તેમજ નાનીજી સ્વર્ગીય સુષમા ગુપ્તાજીને.
- અમારી અમ્માજી (દાદાજી) શ્રીમતી કામિની દેવી ગુપ્તાજીનો હૃદયપૂર્વક આભાર, જેમના આશીર્વાદ અને માર્ગદર્શન અમારા પરિવાર પર હંમેશાં રહેલા છે.

હૃદયપૂર્વક આભાર

- વાચકોનો આભાર - તમારા પ્રેમ અને વિશ્વાસે જ રાજલનીતિ ટાઈમ મેનેજમેન્ટને આ ઊંચાઈઓ સુધી પહોંચાડી.
- ડાયમંડ ગ્રુપના ચેરમેન આદરણીય શ્રી નરેન્દ્ર વર્માજીનો આભાર- રાજલનીતિ ટાઈમ મેનેજમેન્ટને વધારે ઉત્તમ બનાવવાની પ્રેરણા તમારી પાસેથી જ પ્રાપ્ત થઈ.

www.ingramcontent.com/pod-product-compliance
Ingram Content Group UK Ltd.
Pitfield, Milton Keynes, MK11 3LW, UK
UKHW041824200726
13854UKWH00002BA/552